ഗ്രീൻ ബുക്സ്

വഴിയോരക്കഫേയിലെ
പെൺകുട്ടി

പാട്രിക് മോദിയാനോ

1945 ജൂലൈ 30ന് ഫ്രാൻസിൽ ജനിച്ചു.
നാസി അധിനിവേശക്കാലത്തെ തിക്താനുഭവങ്ങൾ
ഏറ്റുവാങ്ങിയ ഒരു ജൂതകുടുംബമാണ് പാട്രിക്
മോദിയാനോയുടേത്. ഭീകരമായ ഒരു കാലഘട്ടത്തിന്റെ
അധിനിവേശങ്ങളുടെയും ജീവിതസമസ്യകളുടെയും
അനുഭവങ്ങളുടെയും രചനകളാണ് അദ്ദേഹത്തിന്റേത്.
മിസിംഗ് പേഴ്സൺ, ലാക്കോംബെ ലൂസിയെൻ,
നൈറ്റ് റൈഡ്സ്, റിംഗ് റോഡ്സ്, ലാപ്ലാസ്
ഡുലിറ്റ്വായിൽ, ദി അറ്റാക്ക്, ഡാൻസ് ലേ കഫേ
ഡെ ലാ ജൂനെസ് പെർഡ്യു, വില്ലാ ട്രിസ്റ്റ്,
ലീവ്രേഡു ഫാമീൽ, ഇൻജുനെ, ദെസീ ബ്രാവ്
ഗാർസോൺ, കാർചി പെർദു, ഡീമാഷ് ഡൂട്
എന്നിവയാണ് അദ്ദേഹത്തിന്റെ പ്രധാന കൃതികൾ.
2014ൽ സാഹിത്യത്തിനുള്ള നോബൽ പുരസ്കാരം നേടി.
ഓസ്ട്രിയൻ സ്റ്റേറ്റ് പ്രൈസ് ഫോർ യൂറോപ്യൻ ലിറ്ററേച്ചർ,
പ്രീ മോണ്ടിയൽ സിനോ ദെൽ ദൂക, പ്രീ ഗോൺകോർ
തുടങ്ങിയ പുരസ്കാരങ്ങൾ ലഭ്യമായിട്ടുണ്ട്.
മോദിയാനോ കൃതികളുടെ മലയാള ഭാഷാന്തരങ്ങളായ
'നക്ഷത്രക്കവല', വഴിയോരക്കഫേയിലെ പെൺകുട്ടി
എന്നീ നോവലുകൾ ഗ്രീൻ ബുക്സ് പ്രസിദ്ധീകരിച്ചു.

പ്രഭാ ആർ. ചാറ്റർജി: ശാസ്ത്രജ്ഞ, വിവർത്തക.
1951ൽ ജനനം. ഇന്ത്യൻ ഇൻസ്റ്റിറ്റ്യൂട്ട് ഓഫ് സയൻസിൽനിന്ന്
രസതന്ത്രത്തിൽ ഡോക്ടറേറ്റ് (1976). ഇന്ത്യയിലും വിദേശങ്ങളിലും
ഗവേഷണവും അദ്ധ്യാപനവും നടത്തിയിട്ടുണ്ട്.
Vasco da Gama's Voyage to India (E.G. Ravenstein),
La BeteHumaine (Emile Zola), The First Man, The Fall,
Myth of Sysyphus, Exile and Kingdom (Albert Camus)
എന്നീ കൃതികൾ മലയാളത്തിലേക്ക് വിവർത്തനം ചെയ്തിട്ടുണ്ട്.

Blog: Science Delights (prchatterjiblog.blogspot.com)

നോവൽ
വഴിയോരക്കഫേയിലെ പെൺകുട്ടി
പാട്രിക് മോദിയാനോ

വിവർത്തനം:
പ്രഭാ ആർ. ചാറ്റർജി

ഗ്രീൻ ബുക്സ്

green books private limited
little road, ayyanthole, thrissur- 680 003
ph: 0487-2361038
website: www.greenbooksindia.com
e-mail: info@greenbooksindia.com

original title
(french)
dans le cafe de la jeunesse perdue
© editions gallimard, 2007
ISBN 2070786064

(malayalam)
vazhiyorakafeyile penkutty
(novel)
by
patrick modiano

translated by
prabha r. chatterji

first published may 2015
copyright reserved

cover photo : santhosh kumar
cover design : rajesh chalode

the work is published via the
publication assistance programme tagore with the
support of institut francais en inde
ambassade de france in inde and the
institut francais de paris

branches:
thrissur 0487-2422515
palakkad 0491-2546162
kannur 0497-2763038

isbn : 978-81-8423-407-7

---

no part of this publication may be reproduced, or transmitted in any form or by any means, without prior written permission of the publisher

GBPL/654/2015

പാട്രിക് മോദിയാനോ

മുഖക്കുറിപ്പ്

നഷ്ടയൗവനങ്ങളുടെ പാരീസ് കഫേകൾ

Art of memory with which Patric Modiano has evoked the most ungraspable human destinies and uncovered the life-world of the occupation. - Nobel Prize Committee

ഒന്ന്

നഷ്ടയൗവനങ്ങളുടെ പാരീസ് കഫേയിലേക്ക്, കാണാൻ ചന്തമുള്ള ഒരു പെൺകുട്ടി കയറിവരുന്നു. കവികളും എഴുത്തുകാരും ബുദ്ധിജീവികളും വിദ്യാർത്ഥികളുമടങ്ങുന്ന ഒരു കൂട്ടമാണ് അവിടത്തെ പതിവുകാർ.
അറുപതുകൾ വരെ പാരീസിൽ വളരെ സജീവമായിരുന്ന ബൊഹീമിയൻ കാലഘട്ടത്തിന്റെ ഓർമക്കുറിപ്പുകൾ കൂടി യാണ് ഈ കഫേകൾ.

കഫേ കോൻഡിക്ക് രണ്ടു വാതിലുകളുണ്ടായിരുന്നുവെങ്കിലും അതിലെ നന്നേ ഇടുങ്ങിയ വാതിലിലൂടെയാണ് അവൾ കടന്നുവന്നത്. കഥയിലുടനീളം 'നിഴൽവാതിൽ' എന്നാണ് ആ കവാടത്തെ അഭിസംബോധന ചെയ്യുന്നത്. കോൻഡിയിലെ പതിവുകാരായ സക്കറിയായും കൂട്ടുകാരും പെൺകുട്ടിയെ ആരവത്തോടെ സ്വീകരിക്കുന്നു; അവളെ മാമോദീസ മുക്കിയെന്നു പ്രഖ്യാപിക്കുന്നു; ലൂക്കി എന്ന ഓമനപ്പേരു ചേർക്കുന്നു. സത്യത്തിൽ അവൾ തെല്ലൊന്നു പരിഭ്രമിച്ചെങ്കിലും തന്റെ ഊരും പേരും മാറുന്ന തിൽ അവൾക്ക് സന്തോഷമേയുള്ളൂ. കാരണം ഓർക്കാൻ

ഇഷ്ടമില്ലാത്ത അസ്വസ്ഥജനകമായ ഒരു ഭൂതകാലത്തിന്റെ തടവറയിൽനിന്നാണ് അവൾ വരുന്നത്. അതിൽനിന്ന് ഓടിയൊളിക്കാനാണ് അവൾ വർത്തമാനകാലത്തിലേക്കു യാത്രയാകുന്നത്. അർദ്ധരാത്രി വരെ തുറന്നിരുന്ന ആ കഫേയുടെയും പതിവുകാരുടെയും ആരവങ്ങൾ പിന്നീട് നിശ്ശബ്ദമായി. അവർ പാരീസിന്റെ അറിയപ്പെടാത്ത തെരുവുകളിലേക്കും അവിടത്തെ ചരിത്രത്തിലേക്കും പോയ്മറഞ്ഞു. വർഷങ്ങൾക്കുശേഷം കഫേ നിന്ന ഇടം പൊളിച്ച് അത്യാഡംബര വസ്തുക്കൾ വിൽക്കുന്ന ഷോപ്പുകളായി മാറി. എന്നാൽ കടയുടമസ്ഥയായ ഫ്ളാസിന് ഭൂതകാലത്തിലെ ആ കഫേയും അതിലെ പതിവുകാരെയും ഒരിക്കലും മറക്കാനായില്ല. അതിലെ അന്തേവാസികളെ ക്കുറിച്ച് അവർക്ക് തെല്ലും പ്രതീക്ഷയുണ്ടായിരുന്നില്ല. ഒരാളും നേരെയാകില്ല. തെരുവുനായ്ക്കളെപ്പോലെ ജീവിച്ചവർ എന്നാണ് അവർ ആ കാലഘട്ടത്തെക്കുറി ച്ചോർത്തെടുക്കുന്നത്. പക്ഷേ, അവർ ആർദ്രമായി പ്രതിവചിക്കുന്നു: "ആ കൂട്ടത്തിൽ എനിക്ക് ഏറ്റവും ഇഷ്ടം തോന്നിയത് ലൂക്കിയോടായിരുന്നു."
ആ പരിസരത്തുള്ള ലുബേക്കെ, ലാ പെർഗോള എന്നീ കഫേകളെപ്പോലെത്തന്നെ കഫേ കോൻഡിയും വളരെ വൈകിയേ അടയ്ക്കുമായിരുന്നുള്ളൂ.
പക്ഷേ കഫേ കോൻഡിക്ക് ഒരസാധാരണത്വമുണ്ടായിരുന്നു. പ്രകാശം പരത്തിയ ആ പെൺകുട്ടിയായിരുന്നുവോ ആ പ്രത്യേകതയ്ക്കു കാരണം?

അനാഥമായ ജീവിതം

ജാക്ലിൻ എന്നായിരുന്നു അവളുടെ യഥാർത്ഥ പേര്. പതി നഞ്ചു വയസ്സു പ്രായമുണ്ടായിരുന്നെങ്കിലും ഇരുപതിന്റെ വളർച്ചയുണ്ടായിരുന്നു. നേരംതെറ്റിയ മണിക്കൂറുകളിലെല്ലാം അവൾ നഗരത്തിന്റെ ഹൃദയപഥങ്ങളിൽ അലഞ്ഞുതിരിഞ്ഞു നടന്നു. പോലീസ്സ്റ്റേഷൻ രേഖകളിൽ അവളെ 'അസമയത്ത് അലഞ്ഞു നടക്കുന്ന ബാലിക' എന്നാണ് അടയാളപ്പെടുത്തിയിരുന്നത്. അവളെയോർത്ത് നിശ്ശബ്ദമായ നെടുവീർപ്പിടാൻ അമ്മയേയുണ്ടായിരുന്നുള്ളൂ. വളരെ ചെറുപ്പത്തിലേ ഫ്രാൻസിലെ ഒരജ്ഞാത ഗ്രാമത്തിൽനിന്ന് കുടിയേറിയവൾ. പിന്നീടൊരിക്കലും അവിടേക്കു

തിരിച്ചുപോകാത്തവൾ. അച്ഛനാര് എന്ന് ജാക്ലിന് അറിയില്ല. രാത്രി ജോലിക്കു പോയി പിറ്റേ ദിവസം ഉച്ചയ്ക്കു മാത്രം തിരിച്ചെത്തുന്ന അമ്മ. "നമുക്കാരുമില്ല" എന്ന് അമ്മ എപ്പോഴും അവളോടു സങ്കടം പറഞ്ഞു. ഒരു വലിയ കെട്ടിടത്തിന്റെ അഞ്ചാംനിലയിൽ അമ്മയും മകളും ജീവിച്ചു. ഏകാന്തതയും അന്യതാബോധവും അരക്ഷിതത്വവും അവരെ വലയം ചെയ്തു നിന്നു. ജാക്ലിനെ പല സ്കൂളുകളിലും ചേർത്തുവെങ്കിലും അവിടെയൊക്കെ അവൾ തിരസ്കൃതയായി. അമ്മ ജോലിക്കു പോയാൽ, തന്നെ വലയം ചെയ്ത നാലു ചുവരുകൾക്കുള്ളിൽ ശ്വാസംമുട്ടി അവൾ പുറത്തുകടന്നു. രാത്രി മുഴുവൻ തുറന്നിരിക്കുന്ന ബേക്കറിയിൽ നിന്ന് ഒരു ക്രോസ വാങ്ങി തിന്നുമ്പോഴാണ് ഒരിക്കൽ പോലീസുകാർ അവളെ സംശയത്തോടെ ചോദ്യം ചെയ്യുവാൻ കൊണ്ടുപോയത്.

"മറ്റൊരു രാത്രിയിൽ പൊലീസ് സ്റ്റേഷനിൽനിന്നെന്നെ കൂട്ടിക്കൊണ്ടുപോകാൻ വന്നപ്പോഴെന്നപോലെ. ശകാരമില്ല, ഭീഷണിയില്ല, സദുപദേശങ്ങളില്ല. അന്ന് ഞങ്ങൾ പരസ്പരം ഒന്നും ഉരിയാടാതെ നടന്നു. ഗൂലോകോർ പാലം കടക്കവേ അമ്മ പിറുപിറുക്കുന്നത് ഞാൻ കേട്ടു. "പാവം കുട്ടി." പക്ഷേ, അതെന്നോടാണോ അതോ ആത്മഗതമായിട്ടായിരുന്നോ എന്നെനിക്ക് മനസ്സിലായില്ല. വീട്ടിലെത്തി. ഞാനുടുപ്പൊക്കെ മാറ്റി കിടക്കയിലേക്കു കയറിയശേഷമേ അവരെന്റെ മുറിയിലേക്കു കടന്നുള്ളു. എന്റെ കാൽക്കൽ അവർ ഒരുപാടു നേരം ഇരുന്നു. ഒന്നും മിണ്ടിയതേയില്ല. ഞാനും ഒന്നും പറഞ്ഞില്ല. അവസാനം അവർ ചെറുതായൊന്നു ചിരിച്ചു. "അല്ലെങ്കിൽ നമുക്കെന്തുണ്ട് പറയാൻ അല്ലേ?" അന്നാദ്യമായി അമ്മയുടെ കണ്ണുകൾ എന്റെ മുഖത്ത് ഒരുപാടുനേരം പതിഞ്ഞു നിന്നു. എത്ര തെളിഞ്ഞ കണ്ണുകൾ. ചാരനിറമോ അതോ ഇളം നീലയോ? അതേ, ചാരം കലർന്ന നീല. അവർ മുന്നോട്ടാഞ്ഞ് എന്റെ കവിളിൽ മുത്തി. മുത്തം എന്ന് ശരിക്ക് പറയാനാവില്ല. ചുണ്ടുകൾ ധൃതിയിൽ മുട്ടിച്ചുവെന്നേ പറയാനാവൂ. നോട്ടം എന്നിൽത്തന്നെ. തെളിഞ്ഞ വിസ്മൃതിയിലാണ്ട കണ്ണുകൾ. അന്ന് വിളക്കണച്ച് പുറത്തേക്കു കടക്കുന്നതിനുമുമ്പ് അമ്മ പറഞ്ഞു "ഇനിയിതാവർത്തിക്കരുത്." ആദ്യമായിട്ടായിരുന്നു ഞങ്ങൾ തമ്മിൽ അങ്ങനെയൊരു വൈകാരികസമ്പർക്കമുണ്ടായത്."

പിന്നീട് ആ അമ്മയും ഭൂതകാലത്തിന്റെ തിരശ്ശീലയിലേക്ക് മറഞ്ഞുപോയി. അവൾ തീർത്തും അനാഥയായി.

ജീവിതത്തിന്റെ വായനകൾ

തന്റെ ജീവിതത്തിന്റെ ഗതി മാറ്റാൻ അവൾ ആവുന്നത്ര ശ്രമിച്ചു. ഒരു മധ്യവയസ്കന്റെ പത്നിയായി. എന്നിട്ടും ഏകാന്തതയിൽനിന്നുള്ള മോചനവും സുരക്ഷിതത്വവും അവൾക്ക് ഒരിക്കലും കൈവന്നില്ല. തെല്ലു പ്രായക്കൂടുതലുള്ള ഷാനെറ്റിനെയും, തന്നെ ഒട്ടൊക്കെ കണ്ടറിഞ്ഞ മുജ്ജന്മത്തിലെന്നോണം കടന്നുവന്ന റോളാങ്ങ് എന്ന സുഹൃത്തിനെയും ഗി ദു വേരെ എന്ന തത്ത്വജ്ഞാനിയായ പ്രപഞ്ചവ്യാഖ്യാതാവിനെയും അവൾ കണ്ടുമുട്ടുന്നു. ഷാനറ്റുമായുള്ള സഹവാസത്തിലൂടെ മദ്യത്തിന്റെയും മയക്കുമരുന്നുകളുടെയും അപഥസഞ്ചാരങ്ങളുടെയും അടിമയാകുന്നു. എന്നാൽ അവിടെനിന്നും ഓടിയൊളിക്കുമ്പോഴാണ് അവൾ റോളാങ്ങ് എന്ന ഹൃദയപ്പൊരുത്തമുള്ള സുഹൃത്തിനെ കണ്ടെത്തുന്നത്. അവർ ആലംബഹീനരായ രണ്ട് ഏകാന്തജീവികളായിരുന്നു. ഗി ദു വേരെ എന്ന തത്ത്വചിന്തകൻ അവരെ ഒന്നിപ്പിച്ചു.

ജീവിതകാലത്ത് തന്നെ പിടിച്ചുലച്ച നാസി ഭീകരതകളും കൂട്ടക്കൊലകളും ഒരു ജൂതൻ കൂടിയായ എഴുത്തുകാരനെ അയുക്തികമായ ദർശനങ്ങളുടെ വക്താവാക്കുന്നുണ്ട്. വഴിയോരക്കഫേയിലെ പെൺകുട്ടിയെന്ന പുസ്തക ത്താളുകളിലൂടെ, അഴിക്കും തോറും മുറുകുന്ന ജീവിത ത്തിന്റെ കാണാച്ചരടുകളിലേക്ക് അദ്ദേഹം നമ്മെ നയിക്കുന്നു. എല്ലാം കുഴഞ്ഞു മറിയുന്നു. പിന്നീട് സ്വപ്നവും മിഥ്യയും ഇടകലർന്ന് അനേകം വിഭ്രമാത്മക ദർശനങ്ങളിലൂടെ അദ്ദേഹം കടന്നു പോകുന്നു. ജീവിതം ആവർത്തനങ്ങളുടെ കടങ്കഥയാണെന്ന നീഷേയുടെ വ്യാഖ്യാനം അദ്ദേഹം ഉയർത്തിക്കാണിക്കുന്നു.

ഗി ദു വേരെ എന്ന കഥാപാത്രം ജീവിതത്തിന്റെ അയുക്തിക മായ വായനയ്ക്കുവേണ്ടി സമർപ്പിക്കപ്പെട്ടതത്രെ. പാരീസ് തെരുവിലെ വേഗ എന്ന പുസ്തകക്കടയിൽനിന്നാണ് ലൂക്കിയും റോളാങ്ങും ഗി ദു വേരെയിലേക്ക് എത്തപ്പെടുന്നത്. അദ്ദേഹത്തിന്റെ പതിവു സമ്മേളനങ്ങൾക്കുള്ള ക്ഷണപത്രം പുസ്തകക്കച്ചവടക്കാരൻ നൽകുന്നു. എന്നിട്ട്, ഇതു നിങ്ങളെപ്പോലുള്ളവർക്കുള്ള ക്ഷണപത്രമാണെന്ന് അയാൾ പ്രത്യേകം പറയുന്നു. ക്ഷണം വിചിത്രമായിരുന്നുവെങ്കിലും അയാളുടെ കണ്ണുകളിൽ കനിവു നിറഞ്ഞുനിന്നു.

“ഞങ്ങളുടെ വായനകളിൽ അടിസ്ഥാനപരമായ ഭിന്നതകളുണ്ടായിരുന്നു. ജീവിതപ്രപഞ്ചരഹസ്യങ്ങൾ കണ്ടെത്തണമെന്ന പ്രതീതിയിലാണ് അവൾ വായിച്ചത്. പക്ഷേ പദങ്ങളുടെയും ശൈലികളുടെയും സംഗീതാത്മകതയാണ് എന്നെ ആകർഷിച്ചത്” എന്ന് റോളാങ്ങ് ഓർക്കുന്നു. സമാനതകൾ ഏറെയുണ്ടായാലും വ്യക്തികൾ അടിസ്ഥാനപരമായി ഭിന്നരാണ് എന്ന് റോളാങ്ങ് പ്രഖ്യാപിക്കുന്നു.

ഗി ദു വേരെ നിർദ്ദേശിച്ച പുസ്തകങ്ങളുടെ തലക്കെട്ടുകൾ - ഉപബോധമനസ്സിന്റെ അലൗകികത, ഉന്നതങ്ങളിലെ ദൈവികസുഹൃത്ത്, മൗക്തിക ജപമാല, വെളിച്ചത്തിന്റെ രക്ഷകൻ, നിഗൂഢതയുടെ പനിനീർത്തോട്ടം എന്നിങ്ങനെ ജീവിതത്തിന്റെ പൊരുൾ തേടുന്ന പച്ചപ്പുസ്തകങ്ങളായിരുന്നു. പൗരസ്ത്യദർശനത്തിന്റെ വക്താവ് കൂടിയാണ് പാട്രിക് മോദിയാനോ. ഗി ദു വേരെ ലൂക്കിയോട് *നഷ്ടചക്രവാളങ്ങൾ* എന്ന പുസ്തകം വായിക്കാൻ ആവശ്യപ്പെടുന്നു. ജീവിതരഹസ്യത്തെക്കുറിച്ചറിയാൻ തിബ്ബത്തിലെ പർവതങ്ങൾ കയറി ഷാങ്ങിലാ മഠത്തിൽ ചെല്ലുന്നവരുടെ കഥയാണത്. പക്ഷേ, മോമാർട്ടാണ് എന്റെ തിബ്ബത്ത്. ഗുലങ്കോർ കയറ്റം കയറിയാൽ മതിയെനിക്ക്... എന്നാണ് ലൂക്കി ചിന്തിക്കുന്നത്. തിബ്ബത്തിനെ തന്റെ പാരീസ് ചുറ്റുപാടുകളിലേക്ക് മാറ്റിയെടുക്കുകയാണവൾ.

എല്ലാം ഒരു കടങ്കഥപോലെ

ഒരു കടങ്കഥപോലെ ദുരൂഹമായ ജീവിതത്തിന്റെ കഥയെഴുതുകയാണ് റോളാങ്ങ്. കോൻഡി കഫേയിലെ പതിവുകാരനായിരുന്ന നാടകകൃത്തും കവിയുമായിരുന്ന ബോബ് സ്റ്റോംസിന്റെ കവിതയിലെ വരികൾ

> “ആകാശം പിഞ്ഞിക്കൂട്ടിയ ഒരു സർക്കസ് കൂടാരം പോലെ
> ദുരവസ്ഥയിലെ കൂട്ടുകാരെ, ഈ രാത്രി ആസ്വദിക്കൂ...”

പൗരസ്ത്യകവി ഒമർ ഖയാമിന്റെ വരികൾ തന്നെയാണ് മോദിയാനോയുടെ വാക്കുകളിലൂടെ നാം കേൾക്കുന്നത്.

> “കഴിഞ്ഞുപോയ വേവലാതികളും വരാനിരിക്കുന്ന സംഭ്രാന്തികളും ഒത്തൊരുമിക്കുന്ന ഇന്ന്, പ്രിയരേ ഒഴിയുന്ന ചഷകങ്ങളിൽ വീണ്ടും മധു നിറയ്ക്കൂ.”

എല്ലാ വലിയ എഴുത്തുകാരെയും പോലെ ആടിത്തിമിർത്ത് കടന്നുപോകുന്ന ഒരു മിഥ്യയാണ് ജീവിതമെന്ന് മോദിയാനോയും പ്രഖ്യാപിക്കുന്നു.

ജീവിതത്തിന്റെ ഓർമകളെ സൂക്ഷ്മമമായി പുറത്തെടുത്ത് അവ കലാപരമായി പുനരാവിഷ്കരിക്കാനുള്ള അതീവ വൈദഗ്ധ്യമാണ് അദ്ദേഹത്തെ കിടയറ്റ ഒരു സാഹിത്യ കാരനാക്കിയതും തുടർന്ന് നോബൽ ജേതാവാക്കിയതും. വഴിയോരക്കഫേയിലെ പെൺകുട്ടിക്ക് നിദാനമായ പാരീസിന്റെ ആകാശം പിന്നീട് എത്രയോ മാറിമറിഞ്ഞു. പഴയ കഫേകളെല്ലാം ഒരു ബൊഹീമിയൻ സംസ്കാരത്തിന്റെ പ്രതീകമായി ചരിത്രത്താളുകളിലേക്ക് പിന്മാറി. സാജർമേൻ ബുളോവഡിലെ വേഗ പുസ്തകക്കടയും ഗി ദു വേരെയും ലൂക്കിയും പിന്നീട് അപ്രത്യക്ഷമായി. റോളാങ്ങ് എന്ന കാമുകൻ ജീവിതത്തിന്റെ സായാഹ്നവേള യിൽ പാരീസിലെ തെരുവുകളിലൂടെ അലഞ്ഞു. ഒരു ദിനം ഗി ദു വേരെയുടെ വീട്ടിലെ പടർന്നു പുഷ്പിച്ചു കിടക്കുന്ന രോഹിണിവള്ളികളെ അയാൾ സ്വപ്നം കാണുന്നു. സ്വപ്നത്തിലെന്നോണം അയാൾ യാഥാർത്ഥ്യത്തെയും കണ്ടെത്തുന്നു - അതെ രോഹിണിവള്ളികൾ വിജനമായ ഗി ദു വേരെയുടെ വീട്ടിൽ പുഷ്പിണികളായി പടർന്നു പന്തലിച്ചു കിടക്കുന്നു. അപ്പോൾ അവൾ - ലൂക്കി അവിടെ യുണ്ടായിരിക്കുമോ എന്ന് അയാൾ ആഗ്രഹിച്ചുപോകുന്നു. അവളുടെ ശബ്ദം കേൾക്കാനായെങ്കിൽ? അല്ലെങ്കിൽ അവളെന്നെ വിളിച്ചുവോ?

പാരീസിലെ അജ്ഞാതമായ തെരുവുകളിൽ അവർ ജീവിച്ച പ്രണയത്തിന്റെ ദീപ്തമായ സ്മരണകളുണ്ട്.
ഒരു സ്വപ്നത്തിലെന്ന വണ്ണം കാലങ്ങൾക്കുശേഷം അവൾ വീണ്ടും കടന്നുവന്നു പറയുന്നു, “അതു നമ്മുടെ ഫ്ളാറ്റാണ്. നമ്മളിരുവരുമാണ് അവിടെ താമസിക്കുന്നത്. പുറത്തിറങ്ങും മുൻപ് നാം വിളക്കണയ്ക്കാൻ മറന്നുപോയതാണ്. നായക്കുട്ടി നമ്മെയും കാത്ത് ഉറക്കമായിരിക്കുന്നു. ലോകാ വസാനം വരെ ആ നായക്കുട്ടി നമ്മെ കാത്തു നിൽക്കും.” ഇങ്ങനെ സ്വപ്നസാന്ദ്രമായ നിരവധി ഭ്രമാത്മകതകളിലൂടെ ലൂക്കിയോടുള്ള അഗാധമായ പ്രണയത്തെയും ജീവിതമെന്ന മിഥ്യയെയും എഴുത്തുകാരൻ പുനരാവിഷ്കരിക്കുന്നു.

പാരീസിനെ പകുത്തുകൊണ്ട് സിയോൺ നദി മാത്രം ഇടതടവില്ലാതെ ഒഴുകിക്കൊണ്ടിരുന്നു. അറുപതുകളിലെ

യുവാക്കളൊക്കെ പടുവൃദ്ധന്മാരായി മാറി. എന്നാലും ഓർമകൾക്കു മരണമില്ലല്ലോ. റൊളാങ്ങിന് തന്റെ ഓർമകളിൽനിന്ന് ലൂക്കിയെ തുടച്ചു മാറ്റാനാകുന്നില്ല.

> "ഇപ്പോഴും ചില രാത്രികളിൽ റോഡിലൂടെ നടക്കുമ്പോൾ ആരോ എന്നെ പേരു ചൊല്ലി വിളിക്കുന്നത് ഞാൻ കേൾക്കുന്നു. അല്പം നീട്ടിക്കുറുക്കി ഒരു പ്രത്യേകരീതിയിലാണ് അവൾ എന്റെ പേരുച്ചരിക്കാറ്. എനിക്കുടൻ മനസ്സിലാകും. ലൂക്കി, ലൂക്കിയുടെ ശബ്ദം. ഞാൻ തിരിഞ്ഞു നോക്കും.ആരുമുണ്ടാവില്ല. രാത്രികാലങ്ങളിൽ മാത്രമല്ല, സ്ഥലകാലബോധം നഷ്ടമാവുന്ന വേനലിന്റെ മധ്യാഹ്നങ്ങളിലും എനിക്ക് ഈ അനുഭവം ഉണ്ടാകാറുണ്ട്. എല്ലാം പുനരാവർത്തിക്കപ്പെടുന്നു എന്നൊരു തോന്നൽ. അതേ ദിവസം, അതേ രാത്രി, അതേ സ്ഥലം, അതേ കൂടിക്കാഴ്ചകൾ. നിലയ്ക്കാത്ത പുനരാവർത്തനം."

കഫേ കോൻഡിയിലെ നാലു പതിവുകാരുടെ ഓർമകളുടെ ആഖ്യാനത്തിലൂടെയാണ് 'വഴിയോരക്കഫേയിലെ പെൺകുട്ടി' എന്ന ഈ നോവൽ അനാവൃതമാകുന്നത്. അതിലൊന്ന് ലൂക്കി തന്നെയാണ്. മറ്റൊന്ന് റോളാങ്ങ്. നോവലിന്റെ തുടിക്കുന്ന ഹൃദയതാളങ്ങൾ ആവാഹിച്ചുകൊണ്ട് വഴിതെറ്റിയ യാത്രക്കാരനെപ്പോലെ വായനക്കാരനും തന്നെ വലയം ചെയ്തുനിൽക്കുന്ന അഭിശപ്തമായ ജീവിതത്തിലേക്കു തിരിച്ചുപോകുന്നു. റോളാങ്ങ് എന്ന കഥാപാത്രം പാട്രിക് മോദിയാനോ എന്ന എഴുത്തുകാരന്റെ സത്വത്തെയാണ് പ്രതിഫലിപ്പിക്കുന്നത് എന്നു പറയാം. ഒരു ഭൂതകാലത്തിന്റെ മുഴക്കത്തിലൂടെയാണ് അദ്ദേഹം പാരീസിന്റെ തെരുവുകളിലൂടെ കടന്നു പോകുന്നത്. തിരക്കേറിയ സായാഹ്നങ്ങളിലും മെട്രോയി ലേക്കു മനുഷ്യർ ആർത്തലച്ചു പോകുന്ന മണിക്കൂറുകളിലും ഈ ഭൂതകാലത്തിന്റെ കാല്പാടുകൾ തന്നെയാണ് അദ്ദേഹത്തെ വലയം ചെയ്യുന്നത്. അതുകൊണ്ടുതന്നെ ആ തെരുവുകൾ എപ്പോഴും അദ്ദേഹത്തിന് വിജനവും നിഗൂഢവുമാണ്. അദ്ദേഹത്തിന്റെ മറ്റുപല നോവലുകളിലും ഇതേ ആശയപരത ഒരു ആവർത്തനം പോലെ വരുന്നുണ്ട്.

കൃഷ്ണദാസ്
മാനേജിങ് എഡിറ്റർ

■

നീന്തുവാനറിയാത്ത കാലത്തു നില കിട്ടാ-
തേന്തുമൊരൊഴുക്കുത്തിലെറിയപ്പെട്ടേൻ മുന്നം.
നാലുഭാഗത്തും തുള്ളിത്തിമിർക്കും തിരകൾതൻ
നീലവായ്പ്പിളർപ്പുകളല്ലാതെ കണ്ടീലൊന്നും.
വീർപ്പുമുട്ടിയും മുങ്ങിപ്പൊങ്ങിയും തങ്കക്കളി-
ക്കോപ്പു കാണിക്കും ചക്രവാളത്തിൽക്കണ്ണൂന്നിയും
അപ്പെരുംപ്രവാഹത്തെ പുഞ്ചിരിക്കൊള്ളിച്ചൂ ഞാൻ
കെൽപ്പറ്റ കൈകാൽകളിട്ടടിച്ചു വീണ്ടും വീണ്ടും
അമ്മതൻ ചേലത്തുമ്പത്തല്ലി ഞാൻ? തളർന്നാലും
നമ്മതാൻ, ദ്രുതംചെന്നാ മാർത്തടം പറ്റാമല്ലോ
നിർണയം തദംഗുലിത്തുമ്പിൽ പോയലയ്ക്കുന്നൂ
നീന്തുവാൻ പഠിക്കുമെൻ നേരിയ പിടച്ചിലും.
നേരമായില്ലേ വലിച്ചേറ്റുവാൻ? വെറുതെയാം
ക്രൂരമിക്കളി -നീന്തം പഠിയില്ലെനിക്കമ്മേ!

(ബാലാമണിയമ്മ-നീന്തം പഠിക്കൽ, നിവേദ്യം-1987)

ജീവിതം പാതി ദൂരം പിന്നിടുമ്പോൾ
ചുറ്റിലും ചൂഴുന്ന ഇരുണ്ട വിഷാദം
യൗവനത്തിളപ്പിൽ, വഴിയോരക്കഫേയിലിരുന്ന് നാം
പരിഹസിച്ച, സഹതപിച്ച അതേ വിഷാദം

– ഗി ദുബോർ

ഒന്ന്

കഫേക്ക് രണ്ടു വാതിലുകളുണ്ടായിരുന്നു. അതിൽ നന്നേ ഇടുങ്ങിയ 'നിഴൽവാതിലി'ലൂടെയാണ് അവളെന്നും കടന്നു വന്നത്. ആ കൊച്ചുകഫേയ്ക്കകത്ത് എന്നും ഒരേ സ്ഥലത്താണ് അവളിരിപ്പുറപ്പിച്ചത്. ആദ്യമൊന്നും അവൾ ആരോടും സംസാരിച്ചില്ല. പോകെപ്പോകെ കോൻഡിയിലെ പതിവുകാരുമായി അവൾ പരിചയപ്പെട്ടു. അവൾക്കും ഞങ്ങൾക്കുമൊക്കെ ഏതാണ്ട് ഒരേ പ്രായമായിരുന്നു ഇരുപത്-ഇരുപത്തഞ്ച്, അതിൽക്കൂടില്ല, കുറയില്ല. ഇടയ്ക്കൊക്കെ കൂട്ടത്തോടെ ഇരിക്കാറുണ്ടായിരുന്നെങ്കിലും ഏറിയ സമയവും ഒറ്റയ്ക്ക്, അങ്ങേയറ്റത്തെ കോണിൽ സ്വന്തം സ്ഥലത്തിരിക്കാനായിരുന്നു അവൾക്കിഷ്ടം.

എന്നും ഒരു നിശ്ചിതസമയത്തല്ല അവൾ വന്നത്. ചിലപ്പോൾ അതിരാവിലെ അവിടെയിരിക്കുന്നതു കാണാം. മറ്റു ചിലപ്പോൾ അർദ്ധരാത്രിക്ക് പ്രത്യക്ഷപ്പെട്ടെന്നിരിക്കും. പക്ഷേ, കഫേ അടയ്ക്കുവോളം അവിടെയിരിക്കും. ആ പരിസരത്തുള്ള ലൂബുക്കേ, ലാപെർഗോള എന്നീ കഫേകളെപ്പോലെത്തന്നെ കോൻഡിയും രാത്രി വളരെ വൈകിയേ അടയ്ക്കുമായിരുന്നുള്ളൂ. മറ്റു കഫേകളെ അപേക്ഷിച്ച് കോൻഡിയിലെ പതിവുകാർക്ക് ഒരസാധാരണത്വം ഉണ്ടായിരുന്നു. ഇപ്പോൾ അതേക്കുറിച്ചോർക്കുമ്പോൾ എനിക്കൊരു സംശയം. അവളുടെ സാന്നിധ്യമായിരുന്നോ ആ പ്രത്യേകതയ്ക്കു കാരണം? അവളുടെ പ്രത്യേക സുഗന്ധം ക്രമേണ

ആ പരിസരവും പതിവുകാരും നുകർന്നെടുത്തതാണെന്നു വരുമോ? എന്തോ എനിക്കങ്ങനെ തോന്നിപ്പോകുന്നു.

ഇങ്ങനെയൊന്നു സങ്കൽപിച്ചുനോക്കൂ- ആരെങ്കിലും എവിടെയെങ്കിലുംവച്ച് നിങ്ങളുടെ കണ്ണുകൾ മൂടിക്കെട്ടി, ഇവിടേക്ക് കടത്തിക്കൊണ്ടുവന്ന് ഒരു മേശയ്ക്കരികിൽ പ്രതിഷ്ഠിച്ചെന്നു വയ്ക്കൂ. എന്നിട്ട് പറയും കൺകെട്ടഴിച്ചുടനെ പറയണം ഇതെവിടമാണെന്ന്. ചുറ്റുമിരിക്കുന്നവരെ ഒന്നു കണ്ണോടിച്ച്, അവരുടെ ഏതാനും വാക്കുകൾ ചെവിക്കൊള്ളേണ്ട താമസമേയുള്ളു നിങ്ങൾ പറയും ഓ- ഇത് കഫേ കോൻഡിയല്ലേ? ഓഡിയോങ് കവല? സദാ മഴക്കാറു മൂടിയ അന്തരീക്ഷം.

ഒരു ദിവസം കോൻഡിയിലേക്ക് ഒരു ഫോട്ടോഗ്രാഫർ വന്നു. കോൻഡിയിലെ പതിവുകാരും അയാളും തമ്മിൽ അശേഷം വ്യത്യാസമില്ലായിരുന്നു. അതേ പ്രായം, അതേ അശ്രദ്ധമായ വേഷം. ആവശ്യത്തിലധികം നീളമുള്ള ജാക്കറ്റ്, ലിനൻ ട്രൗസർ, കാലിൽ കനത്ത മിലിറ്ററി ബൂട്ടുകൾ. പിന്നെ അയാളും അവിടത്തെ പതിവുകാരനായി. കോൻഡിയിലെ പതിവുകാരുടെ ഒരുപാടു പടങ്ങളെടുത്തു. കുടുംബഫോട്ടോകൾ എടുക്കുന്ന പ്രതീതിയാണ് എല്ലാവർക്കും അനുഭവപ്പെട്ടത്. ഒരുപാടുകാലം കഴിഞ്ഞ് പാരീസ് നഗരത്തിന് സമർപ്പിക്കപ്പെട്ട ഒരു ഫോട്ടോആൽബത്തിൽ ആ പടങ്ങളൊക്കെ പ്രത്യക്ഷപ്പെട്ടു. ഫോട്ടോകൾക്കു താഴെ അടിക്കുറിപ്പിൽ പേരുകളോ ചുരുക്കപ്പേരുകളോ എഴുതിച്ചേർത്തിരുന്നു. മിക്ക ഫോട്ടോകളിലും അവളുണ്ട്. എല്ലാ ഫോട്ടോകളിലും ആദ്യം ശ്രദ്ധയിൽപെടുക അവളാണ്. സിനിമാഭാഷയിൽ പറഞ്ഞാൽ ഫോട്ടോജെനിക്ക് മുഖം. അടിക്കുറിപ്പിൽ അവളുടെ മുഖം ലൂക്കി എന്നെഴുതിയിരിക്കുന്നു. "*ഇടതു നിന്ന് വലത്തോട്ട്- സക്കറിയാസ്, ലൂക്കി, ടാർസൺ, ഷോൺ- മിഷേൽ, ഫ്രെഡ്, അലി, ഷെരീഫ്...*" വേറൊന്നിൽ "*മുൻനിരയിൽ കൗണ്ടറിൽ ഇരിക്കുന്നത് ലൂക്കി അവൾക്കു പിന്നിൽ അനൈറ്റ്, ഡോൺ കാർലോസ്, മിറെയിൽ, അദാമോവ്, ഡോക്ടർ വാല.*" നീണ്ടുനിവർന്നാണ് അവളുടെ ഇരിപ്പ്. മറ്റുള്ളവരൊക്കെ തികച്ചും അലസമട്ടിലും. ഫ്രെഡ്

എന്നു പേരുള്ളവൻ സോഫയിൽ തല ചായ്ച്ച് ഉറങ്ങിക്കിടക്കയാണ്. ഷേവുചെയ്തിട്ട് കുറേ നാളായെന്നു വ്യക്തം. ഒരു കാര്യം പ്രത്യേകം എടുത്തു പറയേണ്ടിയിരിക്കുന്നു. കോൻഡിയിൽ വരാൻ തുടങ്ങിയതുമുതൽക്കാണ് അവൾക്ക് ലൂക്കി എന്നു പേരു വീണത്. അന്ന് ഞാനവിടെ ഉണ്ടായിരുന്നു. ഒരു മേശയ്ക്കു ചുറ്റുമായി ടാർസൻ, ഫ്രെഡ്, സക്കറിയാസ്, മിറെയിൽ എല്ലാവരുമുണ്ട്. അർധരാത്രിയായിക്കാണും. അപ്പോഴാണ് അവൾ കടന്നുവന്നത്. ടാർസൻ പൊടുന്നനെ വിളിച്ചു പറഞ്ഞു-"ദേ, നോക്കിക്കേ ലൂക്കി..." അവരെയൊക്കെ കണ്ട് അവളാകെയൊന്നു പരിഭ്രമിച്ചുപോയെന്നു തോന്നുന്നു. പിന്നെ മുഖം തെളിഞ്ഞു. സക്കറിയാസ് എഴുന്നേറ്റുനിന്നു കപടഗൗരവത്തോടെ പ്രഖ്യാപിച്ചു. "ഇന്ന് ഈ രാത്രി നിന്നെ മാമ്മോദീസ മുക്കുന്നു. ഇന്ന് മുതൽ നീ ലൂക്കി എന്നു വിളിക്കപ്പെടും." പിന്നീടെല്ലാവരും അവളെ ലൂക്കി എന്നു വിളിച്ചു തുടങ്ങി. എനിക്കുതോന്നുന്നത് പുതിയ പേര് അവൾക്ക് ആശ്വാസം നൽകിയെന്നാണ്. അതെയതേ. അങ്ങനെത്തന്നെ. ആശ്വാസം. അതേപ്പറ്റി കൂടുതൽ ചിന്തിക്കുന്തോറും എന്റെ അനുമാനം പൂർവാധികം ശക്തിപ്പെടുകയാണ്. അഭയം തേടിയാണ് അവൾ കോൻഡിയിൽ വന്നത്; എന്തിൽനിന്നോ രക്ഷപ്പെടാനായി; ഒരു വേള എന്തെങ്കിലും അപായത്തിൽനിന്നു രക്ഷപ്പെടാനായി? ഈ തോന്നലുണ്ടാവാൻ കാരണമുണ്ട്. അവളെന്നും ആരുടേയും കണ്ണിൽപ്പെടാത്തവിധം ഏതെങ്കിലും മൂലയ്ക്കോ പിന്നിലോ മറഞ്ഞിരുന്നു. മറ്റുള്ളവരുടെ കൂട്ടത്തിൽ ചേർന്നാലും അവളൊരിക്കലും തന്നിലേക്ക് ശ്രദ്ധയാകർഷിച്ചില്ല. എപ്പോഴും അല്പം മൗനവും അകൽച്ചയും പാലിച്ചു. മറ്റുള്ളവർ പറയുന്നതെല്ലാം വെറുതെ കേട്ടുകൊണ്ടിരുന്നു. ഞാൻ എന്നോടു തന്നെ സമർത്ഥിച്ചു. അവൾക്ക് ബഹളംവയ്ക്കുന്ന വായാടിക്കൂട്ടത്തിലാണ് കൂടുതൽ സുരക്ഷിതത്വം അനുഭവപ്പെടുന്നത് എന്ന്. അതല്ലെങ്കിൽ അവളെന്തിനാണ് എപ്പോഴും സക്കറിയാസ്, ഷോൺ -മിഷേൽ, ടാർസൺ, ഫ്രെഡ്, ടുപാ എന്നിവരോടൊപ്പം ഇരിക്കുന്നത്? കാരണം അവരോടൊപ്പമാകുമ്പോൾ അവൾ പശ്ചാത്തലവുമായി അലിഞ്ഞുചേരുന്നു.

അല്ലെങ്കിൽ ഒരു പാർശ്വവർത്തി മാത്രമായിത്തീരുന്നു. ചില ഫോട്ടോകളിൽ പറയാറുള്ളതുപോലെ 'അജ്ഞാതവ്യക്തി' വെറും എക്സ്. അതെ, കോൻഡിയിൽ ഒരിക്കലും മറ്റൊരാളോടൊപ്പം അവൾ മുഖാമുഖമിരിക്കുന്നത് ഞാൻ കണ്ടിട്ടില്ല. പിന്നെ ഈ ബഹളക്കാർ അവളെ ലൂക്കിയെന്നു വിളിച്ചാൽത്തന്നെ എന്തു ചേതം? അതവളുടെ ശരിയായ പേരല്ലല്ലോ.

എന്നാലും സൂക്ഷിച്ചുനോക്കിയാൽ കോൻഡിയിലെ പതിവുകാരിൽ നിന്നു വ്യത്യസ്തയാണ് അവൾ എന്നതിനു തെളിവുകൾ ലഭിക്കും. വളരെ ശ്രദ്ധയോടെയാണ് അവൾ വസ്ത്രധാരണം ചെയ്തിരുന്നത്. ഒരു സായാഹ്നത്തിൽ ടാർസൻ, അലി. ഷെറീപ്, ടുപ എന്നിവരോടൊപ്പം ഇരിക്കേ അവൾ സിഗരറ്റു കൊളുത്തുന്നത് ഞാൻ ശ്രദ്ധിച്ചു. എത്ര നേർമയും ഭംഗിയുമുള്ള വിരലുകൾ. അവ എന്നെ വല്ലാതെ ആകർഷിച്ചു. അതുമാത്രമല്ല നഖങ്ങൾക്ക് എന്തൊരു തിളക്കം. സുതാര്യമായ നെയിൽപോളിഷ് പൂശിയിരിക്കുന്നു. അതു തികച്ചും നിസ്സാരമാണെന്നു വരാം. എങ്കിൽപ്പിന്നെ കുറെക്കൂടി ഗൗരവമായ കാര്യങ്ങളിലേക്കു കടക്കാം. കോൻഡിയിലെ മറ്റു പതിവുകാരുടെ വിശദാംശങ്ങൾ, ബബീലി, അദാമോവ്, ഡോക്ടർ വാല എന്നീ മൂന്നുപേരെ ഒഴിച്ചുനിർത്തിയാൽ ബാക്കിയുള്ളവരുടെ പ്രായം ഇരുപത്-ഇരുപത്തഞ്ചാണെന്നതു ശരിതന്നെ. ഈ മൂന്നുപേർ അമ്പതിലേക്കു കടന്നിരിക്കുന്നുവെങ്കിലും അക്കാര്യം പാടെ വിസ്മരിച്ച മട്ടാണ്. ഇപ്പോഴും പൊയ്പ്പോയ യൗവനത്തോട് വിശ്വസ്തത പുലർത്തുന്നവരാണ്. അതായത് 'ബൊഹീമിയൻജീവികൾ.' കാലഹരണപ്പെട്ട, സംഗീതാത്മകമായ ആ പദം ഉപയോഗിക്കാമെങ്കിൽ അങ്ങനെ. ഭാഷാനിഘണ്ടുവിൽ ഞാൻ ബൊഹീമിയൻ എന്ന പദം തേടി -മാമൂലുകൾ പാലിക്കാത്തവൻ, ക്രമരഹിതമായ ശീലങ്ങളുള്ളവൻ, നാളെയെക്കുറിച്ച് വേവലാതിപ്പെടാത്തവൻ എന്നൊക്കെ കണ്ടു. ഇതൊരു വലിയ പ്രശ്നം തന്നെയാണ്. കാരണം കോൻഡിയിലെ പതിവുകാർക്കെല്ലാം ഈ വിവരണം ബാധകമാണ്. ഉദാഹരണത്തിന് ടാർസനും ഷോൺ-മിഷേലും ഫ്രെഡും കൗമാരപ്രായംമുതൽ പൊലീസിന്റെ നോട്ടപ്പുള്ളികളാണ്.

ടുപ പലതവണ ഗുഡ്ഷെപ്പെഡ് വക സദാചാരസ്കൂളിൽ നിന്നും ചാടിപ്പോന്നവളാണ്. പക്ഷേ, ഇപ്പോൾ അവരൊക്കെ സെയിൻനദിയുടെ ഇടത്തെകരയിലെ താമസക്കാരാണ്. അതും കലാസാഹിത്യങ്ങളുടെ നിഴലിൽ. ഇനി എന്റെ കാര്യം - ഞാൻ വിദ്യാർത്ഥിയാണ്. പക്ഷേ, അവരോടത് തുറന്നു പറയാനുള്ള സാഹസം പോരാ. ഞാൻ ഇവരുമായി വല്ലാതെ ഇടകലരാറില്ലെന്നു വച്ചോളൂ.

അവൾ വ്യത്യസ്തയാണെന്നത് എന്നെ സന്തോഷിപ്പിച്ചു. ഇവിടെ എത്തുന്നതിനു മുമ്പ് ഈ പേരിടീൽ കർമമൊക്കെ നടക്കുന്നതിനുമുമ്പ് അവളെവിടെയായിരുന്നു? കോൻഡിയിലെ പതിവുകാരുടെ ഒരു രീതിയുണ്ട്. കൈയിലെപ്പോഴും ഒരു പുസ്തകം കാണും. അഴുക്കുപിടിച്ച വീഞ്ഞു കറ വീണ പുറംചട്ട. ആ പുസ്തകം എപ്പോഴും മേശപ്പുറത്തങ്ങനെ കാഴ്ചവസ്തുവായി വയ്ക്കും. ലെഷാൻഡെമാൽ ഡോറോർ(മാൽഡോറിന്റെ സംഗീതം) ലെസില്യുമിനേഷ്യൻസ്(പ്രകാശവീചികൾ) ലെബാരിക്കാഡ് മിസ്റ്റീരിയോസ് (നിഗൂഢവിഘ്നങ്ങൾ) ഇതൊക്കെയാവും പുസ്തകങ്ങൾ. പക്ഷേ, തുടക്കത്തിൽ അവൾ വെറുംകൈയോടെയാണ് വന്നത്. പിന്നെത്തോന്നിക്കാണും കോൻഡിയിലെ പതിവുകാരെപ്പോലെ ആയിത്തീരണമെന്ന്. അങ്ങനെയിരിക്കെ ഒരു ദിവസം അവൾ തനിച്ചിരുന്നു പുസ്തകം വായിക്കുന്നത് കണ്ടുപിടിച്ചു. അതിൽപ്പിന്നെ അവളാ പുസ്തകം എപ്പോഴും കൂടെ കൊണ്ടുനടന്നു. അദാമോവിന്റെ സംഘത്തോടൊപ്പമിരിക്കുമ്പോൾ എല്ലാവരും കാൺകേ പുസ്തകം മേശപ്പുറത്തുവയ്ക്കും. അതേതാണ്ട് തന്റെ വിസയോ പാസ്പോർട്ടോ ആണെന്ന മട്ടിൽ. കോൻഡിയിലെ തന്റെ സാന്നിധ്യത്തെ ന്യായീകരിക്കാനെന്ന മട്ടിൽ. പക്ഷേ, അവരാരുംതന്നെ അദാമാവോ, ടാർസനോ, ബബീലിയോ, ടുപായോ അത് ശ്രദ്ധിച്ചു പോലുമില്ല. അഴുക്കുപിടിച്ച കടലാസുപുറംചട്ട. ഏതോ സെക്കന്റ്ഹാൻഡ് പുസ്തകക്കടയിൽ നിന്നു വാങ്ങിച്ചതാവണം; വലിയ ചെമന്ന അക്ഷരങ്ങളിൽ *ഓറിസോൺ പെർഡ്യു* എന്നെഴുതിയിട്ടുണ്ട്. *നഷ്ടചക്രവാളം.* അന്ന് അതേക്കുറിച്ച് കൂടുതലൊന്നും ഞാൻ ആലോചിച്ചില്ല. അവളോട് ആ പുസ്തകത്തെപ്പറ്റി ചോദിക്കണമായിരുന്നു. പക്ഷേ,

എന്റെ ബുദ്ധിമോശം. എനിക്ക് തോന്നിയത് വേറൊന്നാണ്. എത്രയുംവേഗം കോൻഡിയിലെ പതിവുകാരിയാണെന്നു വരുത്തിത്തീർക്കാനായി അവളത് ചുമ്മാ കൈവശം വച്ചിരിക്കയാണ്. വെറും ജാട. കോൻഡിയെ ആരെങ്കിലും പുറമേ നിന്നു വീക്ഷിക്കയാണെന്നിരിക്കട്ടെ അതായത് പുറത്തു നിന്നുകൊണ്ട് ചില്ലുജാലകത്തിൽ നെറ്റിയമർത്തി അകത്തിരിക്കുന്ന ഈ പതിവുകാരെ നീരീക്ഷിച്ചെന്നു വരട്ടെ. നിരീക്ഷകനു തോന്നും അകത്തിരിക്കുന്നത് ഒരു പറ്റം പഞ്ചപ്പാവം വിദ്യാർത്ഥികളാണെന്ന്. അതെ, നട്ടുച്ചനേരങ്ങളിൽ കോൻഡി നിങ്ങളെ തെറ്റിദ്ധരിപ്പിച്ചേക്കാം. പക്ഷേ, രാത്രികാലങ്ങളിൽ ടാർസൻ, മിറെയിൽ, ഫ്രെഡ്, ടുപ ഇവരൊക്കെ മദ്യം മോന്തുന്നതു കണ്ടെന്നു വരികിൽ ഉടൻ അഭിപ്രായം മാറ്റുകയും ചെയ്യും. പൊതുവേ പ്രശാന്തമായ ലാറ്റിൻഭാഗത്തെ കഫേകളിൽ ഞങ്ങൾ വിദ്യാർത്ഥികൾ മദ്യം മോന്താറില്ല. പക്ഷേ, രാത്രിയായാൽ വികാരവിവശനായ ഏതോ ദാർശനികൻ പറഞ്ഞപോലെ ഈ കഫേ നഷ്ടയൗവനങ്ങളുടെ സമ്മേളന സ്ഥലമായി മാറുന്നു. അതെന്തേ ഈ കഫേ മാത്രം? എന്തുകൊണ്ട് മറ്റുള്ളവ അങ്ങനെയല്ല? അതിനുകാരണം കഫേയുടെ ഉടമസ്ഥ മിസിസ്. ഷാഡ്‌ളിയാണ്. അവർക്കിതൊന്നും അദ്ഭുതമായി തോന്നിയതേയില്ല. മാത്രമല്ല പതിവുകാരോട് അല്പസ്വല്പം ഇളവു കാട്ടുകയും ചെയ്തു. ഒരുപാടു കാലം കഴിഞ്ഞ് ഞാനവരെ വീണ്ടും കണ്ടു. ഈ പരിസരത്തെ പാതകളിലിരുവശത്തും പരിഷ്കരിച്ച അത്യാഡംബര വസ്തുക്കളുടെ ഷോപ്പുകൾ ഉയർന്നുവന്നതിനുശേഷം കോൻഡി നിന്നയിടം വിലപിടിച്ച തുകൽ സാമാനങ്ങളുടെ ഷോറൂം കൈയടക്കിയ ശേഷമായിരുന്നു അത്. സെയിൻ നദിയുടെ വലത്തെകരയിൽ ബ്ലോഷ്റോഡിൽ വച്ചാണ് ഞാൻ മിസിസ് ഷാഡ്‌ളിയെ കണ്ടുമുട്ടിയത്. അവർക്ക് എന്നെ പെട്ടെന്ന് തിരിച്ചറിയാനായില്ല. കോൻഡിയെപ്പറ്റി സംസാരിച്ചുകൊണ്ട് ഒരുപാടുനേരം ഞങ്ങൾ ഒരുമിച്ചു നടന്നു. യുദ്ധത്തിനുശേഷം അവരുടെ അൾജീറിയക്കാരൻ ഭർത്താവ് വേറെ സ്ഥലം വാങ്ങിച്ചത്രെ. അവർക്ക് ഞങ്ങളുടെ എല്ലാവരുടേയും പേരുകൾ ഓർമയുണ്ടായിരുന്നു. പക്ഷേ, ഞങ്ങളെപ്പറ്റി വലിയ പ്രതീക്ഷകളൊന്നുമുണ്ടായിരുന്നില്ലത്രെ. തുടക്കം

മുതലേ ബോധ്യമുണ്ടായിരുന്നുപോലും ഞങ്ങളിൽ ഒരാളും നേരെയാവില്ലെന്ന്. *തെരുവുനായ്ക്കളെപ്പോലെ* എന്നാണ് അവർ പറഞ്ഞത്. ബ്ലോഷ്കവലയിലെ ഫാർമസിക്കു മുന്നിൽവച്ച് വിടപറഞ്ഞുപിരിയുമ്പോൾ എന്നെ ഇമ പൂട്ടാതെ നോക്കിക്കൊണ്ടു പറഞ്ഞു- *നിങ്ങളുടെ കൂട്ടത്തിൽ എനിക്ക് ഏറ്റവും ഇഷ്ടം തോന്നിയിരുന്നത് ലൂക്കിയോടായിരുന്നു.*

ടാർസൻ, ടുപ, ഫ്രെഡ് എന്നിവരോടൊപ്പമിരിക്കേ അവരോളംതന്നെ മദ്യം അവളും അകത്താക്കി. അതോ അവരെ നീരസപ്പെടുത്താതിരിക്കാൻ അങ്ങനെ ചെയ്തതോ? പെരുമാറ്റം, ഭാവഹാവങ്ങൾ, അവ്യക്തമായ മന്ദസ്മിതം അതെന്തായാലും ശരി മര്യാദയ്ക്ക് നിരക്കാനാവാത്തവിധം അവൾ ഒരുപാടു കുടിച്ചു. കൗണ്ടറിലായിരുന്നെങ്കിൽ കൂട്ടുകാരുടെ കണ്ണുവെട്ടിച്ച് സിങ്കിലേക്കൊഴിക്കാമായിരുന്നു. പക്ഷേ, കോൻഡിയിൽ അതു തരപ്പെടില്ല. കൂട്ടുകാർ നിർബന്ധിക്കും, ഒപ്പം കുടിക്കാൻ. കുടിച്ചു ലക്കു കെടാൻ. അവരൊക്കെ ആ വിധേയത്വം പ്രദർശിപ്പിച്ചു. ഈ ലഹരിസവാരിയിൽ അവസാനംവരെ തങ്ങളോടൊപ്പം നിൽക്കാത്തവർ തങ്ങളുടെ കൂട്ടായ്മയിൽ ചേരാൻ അർഹരല്ലെന്നു വിധിച്ചു. മറ്റു ലഹരിപദാർത്ഥങ്ങൾ മറ്റു കൂട്ടുകാരോടൊപ്പം അവൾ സേവിക്കുന്നുണ്ടായിരിക്കും എന്നായിരുന്നു എന്റെ ധാരണ. എനിക്ക് അത് കട്ടായമായി പറയാനാവില്ലെങ്കിലും. പക്ഷേ, അത്തരം കൃത്രിമ പറുദീസകൾ സന്ദർശിക്കുന്നതിന്റെ ലക്ഷണങ്ങളൊന്നും അവളുടെ കണ്ണുകളിലോ പെരുമാറ്റത്തിലോ കണ്ടില്ല.

ഞാൻ പലപ്പോഴും ആലോചിച്ചിട്ടുള്ളതാണ്-കഫേ കോൻഡിയിലേക്ക് ആദ്യമായി വരുന്നതിനുമുമ്പ് ആരെങ്കിലും എപ്പോഴെങ്കിലും കോൻഡിയെക്കുറിച്ച് അവളോട് പറഞ്ഞുകാണുമോ? അതല്ലെങ്കിൽ കോൻഡിയിൽവച്ച് കാണാമെന്ന് ആരെങ്കിലും പറഞ്ഞിരിക്കുമോ? ആ വ്യക്തി വാഗ്ദാനം പാലിച്ചില്ലെന്നു വരുമോ? എന്നെങ്കിലും ഒരു നാൾ വന്നേക്കാമെന്ന പ്രതീക്ഷയിൽ അവൾ രാവും പകലും ഇവിടെ കാത്തിരിക്കയാണെന്നു വരുമോ? അവൾക്കും അജ്ഞാതവ്യക്തിക്കും പരസ്പരം അറിയാവുന്ന

ഒരേയൊരിടം ഇതാണെന്നു വരുമോ? പരസ്പരം ബന്ധപ്പെടാൻ വേറെ മാർഗങ്ങളില്ലെന്നു വരുമോ? മേൽവിലാസമില്ല, ഫോൺനമ്പറില്ല, ഒരു പേരുമാത്രം. അതുമല്ലെങ്കിൽ വഴിമുട്ടി യാദൃച്ഛികമായി ഇവിടെ എത്തിപ്പെട്ടതാണെങ്കിലോ, എന്നെപ്പോലെ? ഒരുവേള ഈ പരിസരത്തെങ്ങാനും വന്നപ്പോൾ പൊടുന്നനെ പെയ്ത മഴയിൽനിന്നു രക്ഷപ്പെടാനായി കോൻഡിയിൽ കയറിയതാവാം. എനിക്ക് എപ്പോഴും തോന്നിയിട്ടുള്ളതാണ് ചില സ്ഥലങ്ങൾക്ക് കാന്തികശക്തിയുണ്ട്. സമീപത്തെങ്ങാനും എത്തിപ്പെട്ടാൽ അവ നിങ്ങളെ വലിച്ചടുപ്പിക്കും. നിങ്ങൾക്ക് ഇത്തിരിപോലും സംശയം തോന്നാത്ത വിധത്തിൽ നിങ്ങളറിയാതെ അവിടേക്കാകർഷിക്കപ്പെടും. അൽപം ചെരിഞ്ഞ ഒരിടവഴി. വെയിലേറ്റു കിടക്കുന്ന ഒരു വഴിത്താര, അല്ലെങ്കിൽ തണൽ വിരി പാകുന്ന നടപ്പാത, അതുമല്ലെങ്കിൽ പൊടുന്നനെയുള്ള ഒരു മഴ. ഇവയിലേതെങ്കിലും നിങ്ങളെ ഇവിടെക്കൊണ്ടെത്തിക്കും. അതോടെ നിങ്ങൾ ബലഹീനനാകും. കോൻഡി അത്തരം ഒരു കേന്ദ്രബിന്ദുവാണ്. അതിന് കാന്തികശക്തിയുണ്ട്. ഒരുവേള സാധ്യതകൾ ശാസ്ത്രീയമായി ഗണിച്ചെടുത്താൽ ഈ വസ്തുത സ്ഥിരീകരിക്കാനായെന്നു വരും. അതായത് ഈ ചുറ്റുവട്ടത്തിൽ ഈ ബിന്ദുവിലേക്ക് ഒരൊഴുക്കുണ്ട്. എനിക്കും കുറച്ചൊക്കെ അറിയാമെന്നു വച്ചോളൂ.

ഞങ്ങളുടെ സംഘത്തിൽ ഒരാളുണ്ട്. ബോയിംഗ് എന്നു പേര്. ഞങ്ങളൊക്കെ ക്യാപ്റ്റൻ എന്നു വിളിക്കും. മറ്റുള്ളവർക്ക് തീരെ പിടിക്കാത്ത ഒരു ശീലം ഈ ക്യാപ്റ്റനുണ്ട്. കഴിഞ്ഞ മൂന്നുകൊല്ലമായി ഓരോ ദിവസവും കോൻഡിയിലെത്തുന്നവരുടെ വരവുപോക്കുവിവരങ്ങൾ കൃത്യമായി ഒരു പുസ്തകത്തിൽ എഴുതിവയ്ക്കുക. പേരും തിയതിയും കൃത്യസമയവുമടക്കം എല്ലാം. ഇതേ പണിക്ക് തന്റെ രണ്ടു ചങ്ങാതികളെ ലാബുക്കേയിലും ലാപെർഗോളോയിലും ഏർപ്പാടാക്കിയിട്ടുണ്ട്. അവയും രാത്രി തുറന്നിരിക്കുന്ന കഫേകളാണല്ലോ. നിർഭാഗ്യവശാൽ അവിടത്തെ സന്ദർശകർ പൊതുവേ പേരു പറയാനിഷ്ടപ്പെടുന്നവരല്ല. ബോയിംഗിന് ഒരൊറ്റ ലക്ഷ്യമേയുള്ളു വിളക്കിനു ചുറ്റും

ക്ഷണനേരത്തേക്ക് വട്ടമിട്ടു പറക്കുന്ന ഇയ്യാംപാറ്റകളെ അനന്തവിസ്മൃതിയിൽനിന്നു കരകയറ്റുക. ഇതയാളുടെ സ്വപ്ന മാണത്രെ. അയാൾ ഭാവനയിൽ കാണുന്നതെന്താണെന്നോ? ഒരു തടിയൻ രജിസ്റ്റർ. അതിനകത്ത് നൂറുകൊല്ലത്തെ വിവരം, പാരീസിലെ എല്ലാ കഫേകളുടേയും പേരുകളോ ടൊപ്പം അവിടെയെത്തുന്ന സന്ദർശകരുടെ പേരും വരവു പോക്കുസമയങ്ങളും കൃത്യമായി കുറിച്ചിട്ടിരിക്കുന്ന രജിസ്റ്റർ. എന്തുകൊണ്ടാണെന്നല്ലേ? *സ്ഥിരബിന്ദുക്കൾ* എന്ന ആശയം ക്യാപ്റ്റനെ ഒരു ഹരമായി ആവേശിച്ചിരിക്കുന്നതുകൊണ്ട്. സ്ത്രീപുരുഷന്മാരും കുട്ടികളും നായ്ക്കളുമടങ്ങുന്ന ജീവ പ്രവാഹം. അവയൊക്കെ ഏതേതോ തെരുവീഥികളിലൂടെ, നടപ്പാതകളിലൂടെ ഒഴുകിയൊഴുകി അപ്രത്യക്ഷമായി പ്പോകുന്നു. എന്നാലും ഈ പ്രവാഹത്തിൽ ഇടയ്ക്കിടെ ചില സ്ഥിരബിന്ദുക്കൾ കാണാനായെന്നുവരാം. ബോയിംഗ് പറയുന്നത് വൻനഗരങ്ങളിലെ ചുഴികളിലാണ് ഇത്തരം സ്ഥിരബിന്ദുക്കൾ സ്ഥിതിചെയ്യുന്നതെന്നാണ്. അവ കണ്ടെ ടുക്കുകയാണ് അയാളുടെ ലക്ഷ്യം. വിദേശത്തേക്ക് പോകു ന്നതിനുമുമ്പ് തന്റെ പുസ്തകം എന്നെയേല്പിച്ചു. കഴിഞ്ഞ മൂന്നുകൊല്ലമായി ഓരോ ദിവസവും കോൻഡിയിൽ വന്നു പോകുന്നവരുടെ പട്ടിക. അവളുടെ പേരുമുണ്ട്. ദാനം കിട്ടിയ പേര് ലൂക്കി. അവളെക്കുറിച്ചുള്ള ആദ്യത്തെ കുറിപ്പ് ജനു വരി 23-നാണ്. ആ വർഷത്തെ ശൈത്യകാലം അതിരൂക്ഷ മായിരുന്നു. തണുപ്പുകാരണം ഞങ്ങളിൽ പലരും പകൽ നേരത്ത് കോൻഡി വിട്ട് പുറത്തിറങ്ങിയതേയില്ല. ക്യാപ്റ്റൻ പേരിനോടൊപ്പം മേൽവിലാസവും എഴുതിച്ചേർത്തിരുന്നു. ഏതുവഴിക്കാണ് പതിവുകാർ കോൻഡിയിലേക്കെത്തുന്നത് എന്നറിയാനാവും. സ്ഥിരബിന്ദുക്കൾ കണ്ടെത്താൻ ഇതും സഹായകരമാവുമല്ലോ. എന്തായാലും അവളുടെ അഡ്രസ്സ് ഉടനെ എഴുതിച്ചേർത്തിട്ടില്ല. മാർച്ച് 18-നേ ആ പരാമർശ മുള്ളൂ. വായിക്കാം. *സമയം-14.00 നമ്പർ 16, ഫെർമാറ്റ് സ്ട്രീറ്റ്, പതിനാലാം വാർഡ്,* പക്ഷേ, അതേ വർഷം സെപ്റ്റംബർ അഞ്ചിന് വേറൊന്ന്. *സമയം 23. 40. ലൂക്കി. നമ്പർ 8. സെൽസ് റോഡ്, പതിനാലാം വാർഡ്.* ഓരോരു ത്തർക്കും വിഭിന്ന നിറങ്ങളിലുള്ള ഡോട്ട് പെന്നുകളാണ്

ഉപയോഗിച്ചിരിക്കുന്നത്. അതായത് പാരീസിന്റെ വലിയൊരു മാപ്പിൽ ക്യാപ്റ്റൻ ഞങ്ങളുടെ ഓരോരുത്തരുടേയും പാതകൾ വരച്ചിട്ടിരിക്കും. ഈ മഷിരേഖകളിലൂടെ ലക്ഷ്യസ്ഥാനത്ത് എത്തുന്നതിനുമുമ്പ് ഞങ്ങളുടെ പാതകൾ കൂട്ടിമുട്ടുന്നുണ്ടോ എന്നറിയാനുള്ള ശ്രമമായിരുന്നോ.?

ശരിയാണ്, ഒരിക്കൽ ഞാൻ ലൂക്കിയെ കണ്ടുമുട്ടി. തികച്ചും അപരിചിതമായ സ്ഥലത്ത്. അവിടെ അച്ഛനമ്മമാരുടെ ഒരു ബന്ധുവിനെ സന്ദർശിക്കാൻ ചെന്നതായിരുന്നു. വീട്ടിൽനിന്നിറങ്ങി പോർട്ട് മയ്ള്യൂ മെട്രോ സ്റ്റേഷനിലേക്കു നടക്കവേ ഗ്രാങ് ആർമി അവന്യൂവിൽവച്ചാണ് കണ്ടത്. എനിക്ക് അതിശയം. അവളും വേവലാതിയോടെ എന്നെ നോക്കി. ഇനി ഞാനെന്തെങ്കിലും അസംബന്ധം വിളിച്ചു പറഞ്ഞ് ആകെ നാണക്കേടാക്കുമോ എന്നു ഭയന്നിട്ടോ എന്തോ. എന്തായാലും ഞാനവളുടെ കൈപിടിച്ചു കുലുക്കി. കോൻഡിയിൽവച്ച് കണ്ടിട്ടുണ്ടല്ലോ എന്നു പറഞ്ഞു. കോൻഡി അങ്ങകലെ മറ്റൊരു ലോകത്തിലാണെന്ന അനുഭൂതി. അവൾ അല്പം പരുങ്ങലോടെ പുഞ്ചിരിച്ചു. “ഓ അതെ, കോൻഡി.” അവൾ കോൻഡിയിൽ വന്നിട്ട് അധികം നാളുകളായിരുന്നില്ല. മറ്റുള്ളവരുമായി ഇടപഴകാനും തുടങ്ങിയിരുന്നില്ല. സക്കറിയാസ് അവൾക്ക് ലൂക്കിയെന്ന് പേരിട്ടിട്ടില്ല. “കഫേ കോൻഡി, അതിശയം തന്നെ, അല്ലേ...” അവൾ ശരിവച്ചു. ഏതാനും ചുവടുകൾ ഞങ്ങൾ ഒന്നിച്ചു നടന്നു. താനിവിടെയടുത്താണ് താമസിക്കുന്നതെന്നും, പക്ഷേ, ഈ പരിസരം തനിക്ക് ഇഷ്ടപ്പെട്ടിട്ടില്ലെന്നും അവൾ പറഞ്ഞു. ഛേ! അവളുടെ ശരിയായ പേര് എന്തെന്ന് അന്ന് എനിക്ക് ചോദിച്ചറിയാമായിരുന്നു. പോർട്ട്മായ്ള്യൂ മെട്രോ സ്റ്റേഷനിലേക്കു കടക്കുന്നിടത്തുവച്ച് ഞങ്ങൾ പിരിഞ്ഞു. ന്യൂയിബുളോണ്യപാർക്ക് ലൈനിന്റെ ഭാഗത്തേക്ക് ഞാൻ നടന്നുനീങ്ങി, മറ്റാർക്കോ അവിടെത്തന്നെ നിൽക്കാനുള്ള സൗകര്യം ഉണ്ടാക്കിക്കൊടുക്കുന്നപോലെ. അതിനുശേഷം അവളിനി ഒരിക്കലും കോൻഡിയിലേക്കു വരില്ലെന്നും, അവളെപ്പറ്റി ഇനി യാതൊരു വിവരവും ലഭിക്കുകയില്ലെന്നുമാണ് ഞാൻ വിചാരിച്ചത്. പാരീസ് മഹാനഗരത്തിന്റെ ഏത് അജ്ഞാതതമസ്സിനെ വെല്ലുവിളിച്ചുകൊണ്ട് ബോയിംഗ്

തന്റെ നോട്ടുപുസ്തകങ്ങളിൽ പേരുകളെഴുതിച്ചേർക്കാൻ ശ്രമിച്ചുവോ അതേ തമസ്സിലേക്കു അവൾ അന്തർധാനം ചെയ്തേക്കുമെന്ന് ഞാൻ ശങ്കിച്ചു. നൂറിൽപ്പരം പേജുള്ള ചെമന്ന പ്ലാസ്റ്റിക് കവറിട്ട ബോയിംഗിന്റെ നോട്ടുബുക്ക്. ഉള്ളതു പറയാമല്ലോ ഇതിൽ കാര്യമായിട്ടൊന്നും ഇല്ല. താളുകൾ മറിച്ചു നോക്കിയാൽ പതിവുകാരുടെ പേരും മേൽവിലാസവുമല്ലാതെ അവരെയോ എന്നെയോപ്പറ്റി ഒന്നും അറിയാനാവില്ല. ഒരുവേള ക്യാപ്റ്റന് സ്ഥിരബിന്ദുക്കളെക്കുറിച്ച് കുറേയേറെ അറിയാൻ കഴിഞ്ഞിരിക്കാം. അതല്ലാതെ... ആര്, എവിടന്ന്, എന്നീ ചോദ്യങ്ങൾ കോൻഡിയിലെ പതിവുകാരായ ഞങ്ങൾ പരസ്പരം ചോദിച്ചതേയില്ല. ഞങ്ങളൊക്കെ വളരെ ചെറുപ്പമായിരുന്നല്ലോ. തുറന്നു കാട്ടാനോ മറച്ചു വയ്ക്കാനോ ഞങ്ങൾക്ക് ഭൂതകാലങ്ങളില്ല. ഞങ്ങൾ ഇന്നിൽ ജീവിക്കുന്നവരാണ്. പ്രായമായവർപോലും അതായത് അദാമോവ്, ബബീലി, ഡോക്ടർ വാല എന്നിവർ ഭൂതകാലത്തെപ്പറ്റി പരാമർശിച്ചതേയില്ല. ഞങ്ങളോടൊപ്പം ഇന്നിൽ ജീവിക്കുന്നതിൽ അവർ സംതൃപ്തരായിരുന്നു. ഇത്രയും കാലത്തിനുശേഷം ഇപ്പോൾ മാത്രമാണ്, എനിക്കു ഖേദം തോന്നുന്നത്. കഷ്ടം, ബോയിംഗിന് കുറെക്കൂടെ വിശദവും കൃത്യവുമായ വിവരങ്ങൾ എഴുതിച്ചേർക്കാമായിരുന്നു. ഓരോരുത്തരുടേയും ഒരു ഹ്രസ്വമായ ജീവചരിത്രം. ജീവിതച്ചരടു പിന്തുടരാൻ ഒരു പേരും മേൽവിലാസവും മാത്രം മതിയാവുമെന്നു കരുതിയോ? പോരാത്തതിന് പേരു വ്യാജമാണെന്നു വരികിലോ? *ലൂക്കി, ഫെബ്രുവരി, തിങ്കളാഴ്ച 12, സമയം 23.00, ലൂക്കി, ഏപ്രിൽ 28, സമയം 14.00.* ഓരോരുത്തരും ഓരോ ദിവസം ഇരുന്നതെവിടെയെന്നും കുറിച്ചിട്ടുണ്ട്. മറ്റു ചിലപ്പോൾ പേരേയില്ല. അതേവർഷം ജൂണിൽ മൂന്നു തവണ എഴുതിക്കണ്ടു. *ലൂക്കി തവിട്ടുജാക്കറ്റുകാരനോടൊപ്പം.* തവിട്ടു ജാക്കറ്റുകാരന് പേരില്ല. അഥവാ അയാൾ പേരു പറയാൻ കൂട്ടാക്കാഞ്ഞതോ? അയാൾ പതിവുകാരനല്ലെന്നു തോന്നുന്നു. പാരീസിന്റെ തെരുവുകളിലെവിടെയോ അദൃശ്യനായിപ്പോയ ആ തവിട്ടുജാക്കറ്റുകാരന്റെ നിഴൽ മാത്രമേ ക്യാപ്റ്റന് ക്ഷണനേരത്തേക്ക് കാണാനായുള്ളു എന്നുമാവാം. മാത്രമല്ല പുസ്തകത്തിൽ ധാരാളം പിശകുകളുമുണ്ട്. പലതും

തട്ടിച്ചുനോക്കി ചിട്ടപ്പെടുത്തിയശേഷം എനിക്ക് ഒരു കാര്യം ബോധ്യമായി. ക്യാപ്റ്റൻ എഴുതിയതുപോലെ ആ വർഷം ജനുവരിയിലല്ല അവൾ ആദ്യമായി കോൻഡിയിലേക്കു വന്നത്. അതിനുമെത്രയോ ദിവസം മുമ്പാണ്. അക്കാര്യം എനിക്ക് നല്ല ഓർമയുണ്ട്. മറ്റുള്ളവർ അവൾക്ക് ലൂക്കി എന്നു പേരിട്ട അന്നുമുതലാണ് ക്യാപ്റ്റൻ അവളുടെ പേര് പുസ്തകത്തിൽ എഴുതിച്ചേർക്കുന്നത്. അന്നുവരെ അവളെ ശ്രദ്ധിച്ചിട്ടേയില്ല എന്നു തോന്നുന്നു. തവിട്ടുജാക്കറ്റുകാരനെപ്പോലെ അവളെപ്പറ്റി അവ്യക്തവും അപൂർണവുമായ സൂചനകൾ. '*സമയം 14.00 പച്ചക്കണ്ണുള്ള തവിട്ടുമുടിക്കാരി*' എന്നുപോലുമില്ല.

കഴിഞ്ഞകൊല്ലം ഒക്ടോബറിലാണ് അവൾ കോൻഡിയിലെത്തിയത്. ക്യാപ്റ്റൻ കുറിച്ചിട്ട ചില വിശദാംശങ്ങളിൽ നിന്നാണ് എനിക്കത് കൃത്യമായി നിശ്ചയിക്കാനായത്. *ഒക്ടോബർ 15. സമയം 21. സക്കറിയാസിന്റെ പിറന്നാൾ. മേശയ്ക്കു ചുറ്റും അനെറ്റ്, ഡോൺ കാർലോസ്, മിറെയിൽ, ടുപ, ഫ്രെഡ്, അദാമോവ്..* അന്ന് ആ മേശയിൽ അവളുമുണ്ടായിരുന്നു. അതെന്തേ ബോയിംഗ് അവളുടെ പേര് ചോദിക്കാനുള്ള താത്പര്യം കാണിക്കാതിരുന്നത്? വിവരങ്ങൾ ശിഥിലവും പരസ്പരവിരുദ്ധവുമാണ്. പക്ഷേ, എന്നാലും എനിക്ക് തീർച്ചയുണ്ട്, അന്ന് ആ രാത്രി അവളുമുണ്ടായിരുന്നു. എന്തൊക്കെ കാരണങ്ങൾക്കൊണ്ട് ക്യാപ്റ്റന് അവൾ അദൃശ്യയായോ, അതേ കാരണങ്ങൾക്കൊണ്ട് അവൾ എന്റെ ശ്രദ്ധ പിടിച്ചുപറ്റി. സങ്കോചഭാവം, മന്ദഗതിയിലുള്ള ചലനങ്ങൾ, മന്ദഹാസം. എല്ലാത്തിനും പുറമേ അവളുടെ മൗനം. അദാമോവിനു തൊട്ടടുത്തായിട്ടാണ് അന്ന് അവൾ നിന്നത്. ഒരുപക്ഷേ, അയാൾ കാരണമാവും അവൾ കോൻഡിയിലേക്കു വന്നത്. ഓഡിയോങ്ങിന്റെ പരിസരത്തും സാഷ്യൂല്യാപോദ്രിലും വച്ച് പലപ്പോഴും ഞാൻ അദാമോവിനെ കടന്നുപോകാറുണ്ട്. ഓരോ പ്രാവശ്യവും കണ്ടിട്ടുണ്ട്, കൈ ഒരു പെൺകുട്ടിയുടെ ചുമലിൽവച്ചുകൊണ്ടായിരിക്കും അയാളുടെ നടത്തം, കുരുടന് പെൺകുട്ടി വഴികാട്ടുമ്പോലെ. പട്ടിക്കുട്ടിയുടെ ദൈന്യത മുഖത്തു സ്ഫുരിക്കുന്നുണ്ടെങ്കിലും

അദാമോവിന് എല്ലാം നന്നായി കാണാമായിരുന്നു. ഓരോ തവണയും വെവ്വേറെ പെൺകുട്ടികളായിരുന്നു വഴികാട്ടികൾ. അവളും അങ്ങനെ വന്നതായിക്കൂടേ? അതിനു സാധ്യതയുണ്ട്. അന്ന് രാത്രി കോൻഡിയിൽനിന്ന് അദാമോവിനോടൊപ്പമാണ് അവൾ പുറത്തേക്ക് വന്നത്. വിജനമായ പാതയിലൂടെ ഓഡിയോങ്ങിനു നേരെ അവർ നടക്കുന്നത് ഞാൻ കണ്ടു. അദാമോവിന്റെ കൈ അവളുടെ ചുമലിൽ പതിഞ്ഞിരുന്നു. യാന്ത്രികമായിട്ടല്ല അവർ മുന്നോട്ടു നീങ്ങിയത്. വേഗം കൂടിപ്പോയോ എന്ന് ആശങ്കപ്പെടുന്നതുപോലെ തോന്നി. പലപ്പോഴും അയാളുടെ കിതപ്പു മാറാനായി നിന്നുകൊടുക്കുകയും ചെയ്തു. ഓഡിയോങ്ങിനു മുന്നിലുള്ള കവലയിൽവച്ച് അവൾക്ക് കൃതജ്ഞതയോടെ ഹസ്തദാനം ചെയ്തശേഷം തിടുക്കത്തിൽ അയാൾ അടിപ്പാതയിലേക്കു പ്രവേശിച്ചു. എന്നിട്ട് സ്വപ്നാടകനെപ്പോലെ സന്തോദ്ഡ്രിസായെ ലക്ഷ്യമാക്കി പോവുകയും ചെയ്തു. അവളോ? ഓ, അതെ, അവൾ കോൻഡിയിലേക്കു വരാൻ തുടങ്ങിയത് ഒക്ടോബറിലാണ്. ഇലപൊഴിയുംകാലം. അത് യാദൃച്ഛികമായിരിക്കാൻ ഇടയില്ല. എന്നെ സംബന്ധിച്ചിടത്തോളം ശിശിരം ഒരിക്കലും വിഷാദഋതുവല്ല. പൊഴിയുന്ന ഇലകളും കുറുകിക്കുറുകി വരുന്ന പകലുകളും ഒന്നിന്റേയും അന്ത്യം കുറിക്കുന്നില്ല. മറിച്ച് ഭാവിയെക്കുറിച്ചുള്ള പ്രതീക്ഷയാണ് അത് എന്നാണെനിക്കു തോന്നിയിട്ടുള്ളത്. ഒക്ടോബർ സായാഹ്നങ്ങളിൽ മൂവന്തിയാകുമ്പോൾ പാരീസിന്റെ ആകാശത്തിൽ മിന്നൽപ്പിണരുകൾ ജ്വലിക്കും. മഴ പെയ്തെന്നും വരും. അതൊന്നും എന്നെ വിഷാദവാനാക്കിയിട്ടില്ല. കാലം കടന്നുപോകുന്നതായും തോന്നിയിട്ടില്ല. എന്തെന്തു സാധ്യതകൾ എന്നാണെനിക്കു തോന്നിയിട്ടുള്ളത്. ഒക്ടോബർ- പുതുവർഷം ആരംഭിക്കുകയാണ്. വിദ്യാഭ്യാസസ്ഥാപനങ്ങൾ തുറക്കും. പുതിയ പാഠങ്ങളുടെ, പ്രൊജക്ടുകളുടെ ഋതു. അതുകൊണ്ട് ഒക്ടോബറിലാണ് അവൾ കോൻഡിയായിലെത്തിയതെങ്കിൽ അതിനർത്ഥം ജീവിതത്തിന്റെ പഴയൊരു ഭാഗം മുറിച്ചു മാറ്റി നോവലുകളിൽ പറയുന്നപോലെ '*പുതിയൊരു അദ്ധ്യായം*' തുടങ്ങാനായിട്ടായിരിക്കണം. മാത്രമല്ല, എന്റെ അനുമാനം തെറ്റല്ല

എന്നതിനു വേറെയും തെളിവുകളുണ്ട്. കോൻഡി അവൾക്ക് പുതിയൊരു പേര് സമ്മാനിച്ചല്ലോ. പിന്നെ സക്കറിയാസ് മാമോദീസായുടെ കാര്യവും പറഞ്ഞല്ലോ, അതു രണ്ടാം ജന്മമല്ലേ?

തവിട്ടുജാക്കറ്റുകാരന്റെ കാര്യം, നിർഭാഗ്യവശാൽ കോൻഡിയായിലെ ഫോട്ടോകളിലൊന്നിലും അയാളില്ല. കഷ്ടമായിപ്പോയി. പലപ്പോഴും നമുക്ക് ഫോട്ടോകളിലൂടെ ആളുകളെ തിരിച്ചറിയാം. കണ്ടെത്താം. പത്രത്തിൽ ഇങ്ങനെയൊരു പരസ്യം കൊടുത്താൽ മതിയല്ലോ. *ഈ ഫോട്ടോയിൽ കാണുന്നയാളെ പരിചയമുള്ളവർ ആരെങ്കിലുമുണ്ടോ? ബോയിംഗിന് ഈ വ്യക്തിയുടെ പേരറിയില്ലായിരുന്നു. അശ്രദ്ധകാരണം ചോദിക്കാനും വിട്ടുപോയി.*

ഇന്നലെ രാത്രി പുസ്തകത്തിന്റെ താളുകൾ സശ്രദ്ധം മറിച്ചു നോക്കി. *ലൂക്കി തവിട്ടുജാക്കറ്റുകാരനൊപ്പം.* ജൂൺവരെ മാത്രമേ തവിട്ടുജാക്കറ്റുകാരന്റെ പരാമർശമുള്ളു. മറ്റൊരു താളിന്റെ ഏറ്റവും താഴെയായി ധൃതിയിൽ കോറിയിട്ടിരിക്കുന്നു. *മെയ്, 24, ലൂക്കിയും തവിട്ടുജാക്കറ്റുകാരനും.* അതിനുമുമ്പ് ഇതേ വിവരം ഏപ്രിലിൽ രണ്ടു പ്രാവശ്യം കാണുന്നുണ്ട്. അവളുടെ പേരിനുമാത്രം എന്തുകൊണ്ട് നീലപെൻസിൽകൊണ്ടുള്ള അടിവര? മറ്റുള്ളവരിൽനിന്നു മാറ്റിനിർത്താനെന്നോണം? ഞാൻ ബോയിംഗിനോട് ആരാഞ്ഞു. താനല്ല അങ്ങനെ ചെയ്തതെന്ന് അദ്ദേഹം പറഞ്ഞു. മുമ്പൊരിക്കൽ കോൻഡിയിലെ കൗണ്ടറിലിരുന്ന് വിവരങ്ങൾ എഴുതിക്കൊണ്ടിരിക്കേ അടുത്തിരുന്ന വ്യക്തി അതു കണ്ടു. ഒരു നാൽപതുകാരൻ. പതിഞ്ഞ ശബ്ദം. തുടർച്ചയായി അയാൾ സിഗരറ്റ് പുകച്ചുകൊണ്ടിരുന്നു. ഡോക്ടർ വാലയെ പരിചയമുണ്ടെന്നും പറഞ്ഞു. ബോയിംഗിന് അയാളിൽ വിശ്വാസം തോന്നി. തന്റെ സന്ദർശകപുസ്തകത്തെക്കുറിച്ചും ഗവേഷണത്തെക്കുറിച്ചും എന്തൊക്കെയോ പറഞ്ഞു. അപരന് കൗതുകം തോന്നി. താനൊരു ആർട്ട് പബ്ലിഷറാണ്. മുമ്പൊരിക്കൽ കോൻഡിയായിലെ പതിവുകാരുടെ പടങ്ങളെടുത്ത ഫോട്ടോഗ്രാഫറെ എനിക്കറിയാം. പാരീസിലെ ഒരു കഫേ എന്ന പേരിൽ ഒരു

ആൽബം ഉടൻ പ്രസിദ്ധീകരിക്കാൻ പോകുന്നു. ഈ സന്ദർശകപുസ്തകം ഒരു രാത്രിക്ക് കടം തരുമോ? ഫോട്ടോകൾക്ക് യോജിച്ച അടിക്കുറിപ്പുകളെഴുതാനാണ്. ബോയിംഗ് പുസ്തകം നൽകി. പിറ്റേന്നു പുസ്തകം തിരിച്ചുകിട്ടുകയും ചെയ്തു. പക്ഷേ അതിനുശേഷം ആ വ്യക്തി കോൻഡിയിലേക്കു വന്നിട്ടേയില്ല. ലൂക്കിയുടെ പേര് നീലപ്പെൻസിൽക്കൊണ്ട് അടയാളപ്പെടുത്തിയത് ബോയിംഗിനേയും അദ്ഭുതപ്പെടുത്തി. കാര്യമെന്തെന്നറിയാനായി ഡോക്ടർ വാലയോട് ഈ ആർട്ട് പബ്ളിഷറെപ്പറ്റി അന്വേഷിച്ചു. വാലയ്ക്ക് അദ്ഭുതം. ഓഹോ, ആർട്ട് പബ്ലിഷർ എന്നാണോ പറഞ്ഞത്? ഉവ്വ്, അറിയാം, പക്ഷേ, പേരിനുമാത്രം പരിചയം. സാ ബെനഡിക്ട് സ്ട്രീറ്റിലെ ലാമലീൻ, മുൺടാനാ ബാറുകളിൽവച്ച് കണ്ടിട്ടുണ്ട്. പലതവണ കൂടെയിരുന്ന് ചീട്ടുകളിച്ചിട്ടുണ്ട്. ഇത്തരക്കാർ ഒരുപാടുപേർ അവിടെ പതിവായി കേറിയിറങ്ങാറുണ്ടായിരുന്നു. ഓ, അയാളുടെ പേരോ? കെയ്സ്ലെ. ഇതെല്ലാം പറയാൻ വാലയ്ക്കെന്തോ ഒരു വിമ്മിട്ടം. പുസ്തകത്തിൽ ലൂക്കിയുടെ പേരിന് നീലപ്പെൻസിൽക്കൊണ്ട് അടയാളമിട്ടെന്നു പറഞ്ഞപ്പോൾ ഡോക്ടറുടെ കണ്ണുകളിൽ ക്ഷണനേരത്തേക്ക് ഒരു സംഭ്രമം മിന്നിമറഞ്ഞത്രെ. പിന്നെ അൽപം പുഞ്ചിരിയോടെ പറഞ്ഞു. “അവളോട് പറയണം, പാവം കുട്ടി. ചെറുപ്പമാണ് കാണാനെന്തു ചന്തമാണ്. അതൊക്കെ പോട്ടെ, നിങ്ങൾക്കെന്തിനീ വിചിത്രമായ പരിപാടി? വരുന്നവരുടേയും പോകുന്നവരുടോയും പേരുകളെഴുതി വയ്ക്കുന്നത്രെ. എനിക്കു ചിരിക്കാനാണ് തോന്നുന്നത്. നിങ്ങളും നിങ്ങളുടെ കൂട്ടരും. സൈക്കിക് അനുഭൂതികളും പാരാഫിസിക്സും എല്ലാം ഡോക്ടർ വാലയെ വല്ലാതെ കുഴക്കി. കോൻഡിയിലെ പതിവുകാർക്കിടയിലെ സാഹിത്യകാരന്മാരായ ബോയിംഗ്, ഷോൺ മിഷേൽ, ഫ്രെഡ്, ബബീലി, ലറോൺഡ്, അദാമോവ് ഇവരുടെ വ്യക്തിഗത അനുഭവങ്ങൾ അയാളിൽ കുഴപ്പം സൃഷ്ടിച്ചു. കനത്ത ശബ്ദത്തിൽ വാല ഇത്രയും കൂടി പറഞ്ഞു “ഇതൊക്കെ വലിയ വിനയായിത്തീരും. പറഞ്ഞില്ലെന്നു വേണ്ട. നിങ്ങളുടെ ഈ പുസ്തകമുണ്ടല്ലോ അത് പൊലീസിനുവേണ്ടി യുണ്ടാക്കിയ റെക്കാർഡ് പോലുണ്ട്. അതല്ലെങ്കിൽ പൊലീസ്

സ്റ്റേഷനിലെ ദൈനംദിന രജിസ്റ്റർ. ഞങ്ങളൊക്കെ റെയിഡു നടത്തി പിടികൂടിയ പുള്ളികളെപ്പോലെ...”

ബോയിംഗ് പ്രതിഷേധിച്ചു. സ്ഥിരബിന്ദുക്കളെക്കുറിച്ചുള്ള തന്റെ പ്രത്യയശാസ്ത്രം വിശദീകരിക്കാൻ ശ്രമിച്ചു. പക്ഷേ, അതെന്തായാലും അന്നുമുതൽ വാലയ്ക്ക് തന്നെ ഭയങ്കര സംശയമാണെന്നും എങ്ങനെയെങ്കിലും തന്നിൽ നിന്നും ഒഴിഞ്ഞുമാറാനുള്ള ശ്രമമാണെന്നും അവന് തോന്നിയത്രെ.

ലൂക്കിയുടെ പേരിനു മാത്രമല്ല കെയ്സ്ലേ അടിവരയിട്ടത്. തവിട്ടുജാക്കറ്റുകാരന്റെ കീഴെ ഒന്നല്ല രണ്ട് നീലവരകൾ. ഇതൊക്കെ അയാൾക്ക് വല്ലാത്ത മനഃക്ലേശമുണ്ടാക്കി. കെയ്സ്ലേ എന്ന ആർട്ട് പബ്ലിഷറെ കണ്ട് രണ്ടിലൊന്നറിഞ്ഞിട്ട് വേറെ കാര്യം എന്ന ഉദ്ദേശ്യത്തോടെ അയാൾ ഷാബെനോയിറ്റ് റോഡു മുഴുവനും അരിച്ചുപെറുക്കി. ലാമാലീനിലും മുൺടാനായിലും കയറി അന്വേഷിച്ചു. ആളെ കണ്ടുകിട്ടിയില്ല. കുറച്ചുനാൾ കഴിഞ്ഞ് ബോയിംഗിനും ഫ്രാൻസ് വിടേണ്ടി വന്നു. അപ്പോൾ ഗവേഷണം തുടർന്നുപോകാനായി പുസ്തകം എന്നെയേല്പിച്ചു. പക്ഷേ, ഇപ്പോൾ വളരെ വൈകിപ്പോയിരിക്കുന്നു. അതൊക്കെ കഴിഞ്ഞ് കാലം കുറെയായെങ്കിലും ഉത്തരം കിട്ടാത്ത ഇത്തരം ചോദ്യങ്ങളാണ് എന്റെ ഓർമകൾക്ക് തെളിച്ചമേകുന്നത്.

ജോലിത്തിരക്കിനിടയിൽ, ഓഫീസിൽനിന്നും തിരിച്ചുവരുമ്പോൾ, ഞായറാഴ്ച സായാഹ്നങ്ങളിൽ, തനിച്ചിരിക്കുമ്പോൾ, ഒരു കൊച്ചുതുമ്പ്, ചെറിയ ഒരു വിശദാംശം മനസ്സിലേക്കോടിയെത്തും. ഓർമയിൽനിന്നും കൂടുതൽ വിവരങ്ങൾ ശേഖരിക്കാൻ ശ്രമിക്കും. ബോയിംഗിന്റെ പുസ്തകത്തിന്റെ ഒഴിഞ്ഞ താളുകളിൽ അവയൊക്കെ എഴുതിച്ചേർക്കും. ഇപ്പോൾ ഞാനും സ്ഥിരബിന്ദുക്കളെത്തേടിയുള്ള അന്വേഷണത്തിലാണ്. ഒഴിവുസമയത്തെ വിനോദം - മറ്റു ചിലർക്ക് ക്രോസ് വേർഡും സോളിറ്ററി ചീട്ടുകളിയുമെന്നപോലെ. ബോയിംഗിന്റെ പുസ്തകത്തിലെ പേരുകളും സമയവും എനിക്കൊരുപാട് പ്രയോജനകരമാകുന്നുണ്ട്. അതിൽ ഇടയ്ക്കിടെ കാണാറുള്ള വസ്തുതകൾ- ഉദാഹരണത്തിന്

ഒരുച്ചയ്ക്ക് പെയ്ത മഴ. കൊടുംചൂട്. അങ്ങനെയങ്ങനെ. ഋതുക്കളെക്കുറിച്ച് സൂക്ഷ്മബോധമുള്ളവനാണ് ഞാൻ. ഒരു ദിവസം വൈകുന്നേരം ലൂക്കി കോൻഡിയിലേക്കു പ്രവേശിച്ചത് ആകെ നനഞ്ഞു കുളിച്ചാണ്. പൊടുന്നനെ പെയ്ത പെരുംമഴ. നവംബറിലോ അതോ വസന്തകാലത്തിന്റെ ആരംഭത്തിലോ നിലയ്ക്കാത്ത മഴ. അന്ന് കൗണ്ടറിൽ ഉണ്ടായിരുന്നത് മിസിസ് ഷാഡ്‌ളിയായിരുന്നു. ടവലെടുക്കാനായി അവർ ഒന്നാംനിലയിലെ ഫ്ളാറ്റിലേക്കു കയറിപ്പോയി. പുസ്തകത്തിൽ പറയുന്നപോലെ അന്ന് മേശയ്ക്കു ചുറ്റുമായി സക്കറിയാസ്, അനൈറ്റ്, ഡോൺ കാർലോസ്, മിറയിൽ, ടുപ, ഫ്രെഡ്, റാഫേൽ എന്നിവരൊക്കയുണ്ടായിരുന്നു. സക്കറിയാസ് ടവലെടുത്ത് ലൂക്കിയുടെ തല തുവർത്തിക്കൊടുത്തു. എന്നിട്ട് അത് കിരീടംപോലെ തലയിൽ കെട്ടിവച്ചു. അവളെ ബ്രാണ്ടി കുടിപ്പിച്ചു. അന്ന് വളരെ വൈകുംവരെ അവൾ അവരോടൊപ്പമുണ്ടായിരുന്നു. പുലർച്ചെ രണ്ടുമണിയായിട്ടും മഴ പെയ്തുകൊണ്ടേയിരുന്നു. ഞങ്ങൾ വാതിൽക്കൽ വന്നു നിന്നു. ടവലുകൊണ്ടുള്ള തലേക്കെട്ടുമായി ലൂക്കിയും. മിസിസ് ഷാഡ്‌ളി കിടക്കാൻ പോകുംമുമ്പ് മുകളിലെ ജനാല തുറന്ന് ഞങ്ങളോടു വിളിച്ചു പറഞ്ഞു, അന്നു രാത്രി തന്റെ വീട്ടിൽ കഴിഞ്ഞോളാൻ. പക്ഷേ, മോറിസ് റാഫേൽ സവിനയം മറുപടി നൽകി. “വേണ്ട, മാഡം, നിങ്ങൾക്ക് ഉറക്കം കിട്ടേണ്ടത് ഞങ്ങളുടെയും കൂടി ആവശ്യമാണ്.” മഴയ്ക്ക് ശക്തി കൂടി. ചിലർക്ക് അതൊരു തടസ്സമായില്ല. കാരണം അവരൊക്കെ അവിടെയടുത്ത് താമസിക്കുന്നവരായിരുന്നു. അവസാനം കോൻഡിയുടെ പൂമുഖത്ത് ലൂക്കിയും റാഫേലും ഞാനും മാത്രമായി. മോറിസ് റാഫേൽ- ഇരുണ്ട തവിട്ടുനിറമുള്ള ഞങ്ങളേക്കാൾ പ്രായംകൂടിയ കോൻഡിയിലെ പതിവുകാരൻ. കടുവയെപ്പോലെ മെയ്‌വഴക്കമുള്ള ചലനങ്ങൾ. അതുകൊണ്ടാവാം സക്കറിയാസ് അയാളെ കടുവ എന്നാണ് വിളിച്ചിരുന്നത്. അദാമോവിനേയും ലാറോഡിനേയുംപോലെ ഒരുപാടു പുസ്തകങ്ങൾ എഴുതി പ്രസിദ്ധീകരിച്ചവനാണ്. പക്ഷേ, അവയെക്കുറിച്ചൊന്നും ചർച്ച ചെയ്യാറില്ല. മോറിസ് റാഫേലിനു ചുറ്റും നിഗൂഢത തളംകെട്ടിനിന്നു. ആഭിചാര

പ്രയോഗങ്ങൾ, ദുർമന്ത്രവാദം ഇത്തരം ഗൂഢശക്തികളുമായി അയാൾക്ക് ബന്ധമുണ്ടോ എന്നുപോലും ഞങ്ങൾ ശങ്കിച്ചു. "ഞാൻ കാറിൽകൊണ്ടുപോയാക്കാം." റാഫേൽ പറഞ്ഞു. ഞങ്ങൾ മൂവരും മഴയിലൂടെ ഓടി കാറിന്നടുത്തെത്തി. ഒരു പഴയ കറുത്ത ഫോർഡ്. ലൂക്കി അയാളോടൊപ്പം മുൻസീറ്റിലിരുന്നു. പുറകിലെ സീറ്റിൽ ഞാനും. "ആരെയാണ് ആദ്യം ഇറക്കിവിടേണ്ടത്?" റാഫേൽ ചോദിച്ചു. ലൂക്കി റോഡിന്റെ പേരും അത് മോപാർണെസ് സെമിത്തേരിയ്ക്കപ്പുറമാണെന്നും മറുപടിയായി പറഞ്ഞു. "ഓ, അപ്പോ പുറമ്പോക്കിലാണ് താമസം" പുറമ്പോക്ക് എന്നതുകൊണ്ട് അയാൾ എന്താണ് ഉദ്ദേശിച്ചതെന്ന് ഞങ്ങൾ രണ്ടുപേർക്കും മനസ്സിലായില്ല. ലുക്സംബുർഗ് ഗ്രിഡിനുശേഷം വാൽഡു ഗ്രാസ് റോഡിൽ ഇറക്കിവിട്ടാൽ മതിയെന്നു ഞാനും. താമസസ്ഥലം കൃത്യമായി പറയാൻ ഞാൻ ഇഷ്ടപ്പെട്ടില്ല. അയാൾ കൂടുതൽ കാര്യങ്ങൾ ചോദിച്ചെങ്കിലോ?

ലൂക്കിക്കും മോറിസിനും ഹസ്തദാനം ചെയ്ത് നിങ്ങളിലാർക്കും എന്റെ പേരറിയില്ലല്ലോ എന്ന് ഞാൻ പറഞ്ഞു. കോൻഡിയിലെ ഔചിത്യബോധമുള്ള പതിവുകാരനായിരുന്നു ഞാൻ. എല്ലാവരിൽനിന്നും അല്പം അകന്നു നിൽക്കുന്നവൻ. മറ്റുള്ളവർ പറയുന്നത് ശ്രദ്ധിക്കുന്നതിൽ സംതൃപ്തൻ. എന്നെപ്പറ്റി അത്രയും അറിഞ്ഞാൽ മതി. മടുപ്പു നിറഞ്ഞ ജീവിതത്തിൽ കോൻഡി ഒരഭയസ്ഥാനമായിരുന്നു. എന്റെ ഒരംശം - ഏറ്റവും നല്ല അംശം- ഇവിടെ ഉപേക്ഷിച്ച് എനിക്കു പോകേണ്ടിവരും.

"വാൽഡുഗ്രാസ് റോഡിൽ താമസം. അതുകൊള്ളാമല്ലോ." മോറിസ് പറഞ്ഞു.

അയാൾ എന്നെനോക്കി ചിരിച്ചു. കനിവും വ്യംഗ്യവും നിറഞ്ഞ ചിരി. പിന്നെക്കാണാം, ലൂക്കി പറഞ്ഞു.

ഇറങ്ങിയശേഷം കാർ പോർട്ട് റോയൽ വളവു തിരിയുന്നതും കാത്ത് ഞാൻ നിന്നു. സത്യത്തിൽ വാൽഡുഗ്രാസ് റോഡായിരുന്നില്ല അവിടന്ന് അല്പം കൂടി വടക്ക് നമ്പർ 85, സാമിഷൽ ബൂളിവാഡിലായിരുന്നു എന്റെ താമസം. പാരീസിൽ എത്തിയ ഉടൻ അപ്രതീക്ഷിതമായി എനിക്കു

കിട്ടിയ ഇടം. മുറിയുടെ ജാലകത്തിലൂടെ എന്റെ കോളേജിന്റെ കറുത്ത മുഖപ്പ് കാണാം. അന്നു രാത്രി ആ ഭീമാകാരമായ മുഖപ്പിലേക്കും മുകളിലേക്കു കയറിപ്പോകാനുള്ള വലിയ കരിങ്കൽപ്പടവുകളിലേക്കും നോക്കി ഞാൻ ഏറെ നേരം നിന്നു. ദിവസവും ഈ കരിങ്കൽപടവുകൾ ചവുട്ടി ക്ലാസ്സ്റൂമിലേക്കു പോകുന്ന വിദ്യാർത്ഥിയാണ് ഞാനെന്ന വിവരമറിയുമ്പോൾ അവർക്കെന്തു തോന്നും? അവർക്കൊക്കെ സ്കൂൾ ഓഫ് മൈൻസ് എന്താണെന്ന് വല്ല വിവരവുമുണ്ടോ? ഉണ്ടാവില്ല. എനിക്ക് എന്റെ രഹസ്യം സൂക്ഷിച്ചേ മതിയാവൂ. അദാമോവ്, മോറിസ് റാഫേൽ ഇവരെ സംബന്ധിച്ചിടത്തോളം സ്കൂൾ ഓഫ് മൈൻസ് ഒന്നുമല്ല. അക്കാര്യം തീർച്ച. ഇനി അങ്ങോട്ടു പോകരുതെന്ന് അവരെന്നെ ഉപദേശിക്കുമായിരിക്കും. ഞാനൊരുപാടു സമയം കോൻഡിയിൽ ചെലവാക്കുന്നുണ്ടെങ്കിൽ അതിനർത്ഥം അത്തരമൊരു നിർദ്ദേശത്തിനായി ഞാൻ കാത്തിരിക്കയാണെന്നാണ്. ലൂക്കിയും റാഫേലും സെമിത്തേരി കടന്ന് പുറമ്പോക്കിലെത്തിക്കാണും. ഞാനിവിടെ ജാലകത്തിനടുത്ത് ഇരുട്ടിൽ കോളേജിന്റെ കറുത്തിരുണ്ട മുഖപ്പും നോക്കി നിൽക്കയാണ്. ഒരുൾനാടൻ പട്ടണത്തിലെ ഉപയോഗശൂന്യമായ റെയിൽവേസ്റ്റേഷൻപോലുണ്ട് ആ കൂറ്റൻ കെട്ടിടം. പുറംമതിലിൽ വെടിയുണ്ട തുളച്ചു കയറിയ പാട്. ആരോ ആരുടേയോ നേർക്ക് നിറയൊഴിച്ചതുപോലെ. പതിഞ്ഞ സ്വരത്തിൽ ഞാൻ നാലുവാക്കുകൾ തുടരെത്തുടരെ ഉരുവിട്ടു. ആവർത്തിക്കുന്തോറും കൂടുതൽ വിചിത്രമായിത്തോന്നിയ വാക്കുകൾ; *ദി സ്കൂൾ ഓഫ് മൈൻസ്.*

രണ്ട്

ഇതാദ്യമായാണ് കഫേകോൻഡിയിലേക്കു ഞാൻ ചെല്ലുന്നത്. അടുത്തിരുന്ന വ്യക്തിയുമായി ഇത്രയും സ്വാഭാവികമായി സംഭാഷണത്തിലേർപ്പെടാനായത് എന്റെ ഭാഗ്യമെന്നു പറയട്ടെ.ആ പയ്യന്റെ അച്ഛനാവാനുള്ള പ്രായമുണ്ടെനിക്ക്. രാവും പകലുമെന്നില്ലാതെ കോൻഡിയിലെത്തുന്ന സന്ദർശകരെക്കുറിച്ചുള്ള വിവരങ്ങൾ എഴുതിവച്ചിട്ടുള്ള നോട്ടുപുസ്തകം എനിക്ക് എന്തുമാത്രം ഉപകാരപ്രദമായെന്നോ? സന്മനസ്സോടെ ആ പുസ്തകം എനിക്ക് വായ്പ തന്ന ആ സഹൃദയനിൽനിന്ന് പുസ്തകപരിശോധനയുടെ ശരിയായ കാരണം മറച്ചുപിടിക്കേണ്ടിവന്നതിൽ എനിക്കു ഖേദമുണ്ട്. ഞാനൊരു ആർട്ട് പബ്ലിഷറാണെന്നു പറഞ്ഞത് നുണയായിരുന്നു.

പക്ഷേ, അയാളെന്നെ വിശ്വസിച്ചു. അതെനിക്കു മനസ്സിലായി. മറ്റുള്ളവരേക്കാൾ പത്തുവയസ്സുകൂടുതലുള്ളതിന്റെ ഗുണമാണത്. ചെറുപ്പക്കാർ നിങ്ങളുടെ ഭൂതകാലത്തെ തീർത്തും അവഗണിക്കും. ഇനിയഥവാ ഇതിനുമുമ്പ് എന്തുചെയ്യുകയായിരുന്നുവെന്നു ചോദിച്ചാലും വല്ലതുമൊക്കെ കണ്ടുപിടിച്ച് പറയാനാണോ പാട്? ഒരു സങ്കല്പജീവിതം നിഷ്പ്രയാസം മെനഞ്ഞെടുക്കാം. അവരുണ്ടോ അന്വേഷിക്കാനും തെളിവെടുക്കാനും പോകുന്നു? പിന്നൊരു കാര്യം- ജനലും വാതിലും കൊട്ടിയടച്ച മുറിക്കകത്ത് ശ്വാസം മുട്ടിക്കഴിയുന്നവന് ശുദ്ധവായു ലഭിക്കുമ്പോലെയാണ് സാങ്കല്പികജീവിതത്തെക്കുറിച്ചുള്ള പരാമർശം. പൊടുന്നനെ ഒരു ജനാല തള്ളിത്തുറക്കപ്പെട്ടിരിക്കുന്ന പ്രതീതി.. ജനാലവിരികൾ കടൽക്കാറ്റിൽ പടപടായെന്നു പറന്നുയരുന്നു. ഇതാ വീണ്ടുമൊരു ഭാവി തുറന്നുകിടക്കുന്നു.

ആർട്ട് എഡിറ്റർ! അങ്ങനെ പറയാൻ ഏറെയൊന്നും തല പുകയ്ക്കേണ്ടിവന്നില്ല. ഇരുപതുകൊല്ലം മുമ്പും ഇതേ ചോദ്യത്തിന് ഞാനീ മറുപടിത്തന്നെ നൽകിയിരുന്നേനെ. ആർട്ട് എഡിറ്റർ. ദേ, ഇന്നു പറഞ്ഞതുപോലെത്തന്നെ. ഒന്നും മാറിയിട്ടില്ല. അതായത് ഇടയ്ക്കുള്ള ഇരുപതുവർഷങ്ങൾ റദ്ദാക്കപ്പെട്ടിരിക്കുന്നു.

പക്ഷേ, എന്റെ ഭൂതകാലം പൂർണമായും മായ്ച്ചുകളയാനാവില്ല. സാക്ഷികളുണ്ട്. സമകാലീനരിൽ പലരും ഇന്നും ജീവിച്ചിരിപ്പുണ്ട്. ഒരു രാത്രി മൂൺടാന ബാറിൽവച്ച് ഞാൻ ഡോക്ടർ വാലയോട് ജനനത്തിയതി ചോദിച്ചു. ഞങ്ങളിരുവരും ഒരേ വർഷമാണ് ജനിച്ചത്. ഇതിനുമുമ്പും അതേ ബാറിൽവച്ചു കണ്ടിട്ടുള്ള കാര്യം ഞാനയാളെ ഓർമിപ്പിച്ചു. അന്ന് ഈ ഭാഗത്തൊക്കെ എന്തൊരു വെളിച്ചമായിരുന്നെന്നോ? അതിനുമുമ്പും പാരീസിന്റെ മറ്റു ചില ചുറ്റുവട്ടങ്ങളിൽ സെയിൻ നദിയുടെ വലത്തേ കരയിൽവച്ച് ഞങ്ങൾ പരസ്പരം കണ്ടിട്ടുണ്ടെന്ന് എനിക്ക് നല്ല ഉറപ്പുണ്ടായിരുന്നു. നാലാമത്തെ ഗ്ലാസ്സിൽ എത്തിനിൽക്കുകയായിരുന്ന വാല വരണ്ട ശബ്ദത്തിൽ ഓർമകളെ തട്ടിയുണർത്തുന്നതിൽനിന്ന് എന്നെ തടഞ്ഞു. പിന്നെ ഞാനും മൗനം പാലിച്ചു. മറ്റുള്ളവരുടെ മൗനത്തിന്റെ ദയയിലാണല്ലോ നാമൊക്കെ ജീവിച്ചുപോരുന്നത്. കഴിയുന്നതും പരസ്പരം ഒഴിവാക്കാൻ ഞങ്ങൾ ശ്രമിക്കുന്നു. എന്നന്നേക്കുമായി കാണാതിരിക്കാനായെങ്കിൽ എത്ര നന്നായിരുന്നു.

എന്നാലും വല്ലാത്ത ആശ്ചര്യംതന്നെ. ഇന്നുച്ചയ്ക്ക് ആദ്യമായി കോൻഡി കഫേയുടെ ഉമ്മറപ്പടി കടന്നതും എന്റെ നോട്ടം പതിച്ചത് ഡോക്ടർ വാലയിലാണ്. രണ്ടുമൂന്ന് ചെറുപ്പക്കാരോടൊപ്പം പിന്നിലൊരിടത്ത് ഇരിക്കുന്നു. എന്നെ കണ്ടതും പകൽവെളിച്ചത്തിൽ പ്രേതത്തെ കണ്ടതുപോലൊരു സംഭ്രമം. ഞാനയാളെ നോക്കി പുഞ്ചിരിച്ചു. അടുത്തുചെന്ന് ഹസ്തദാനം നൽകി. പക്ഷേ, ഒന്നും പറഞ്ഞില്ല. പുതിയ സുഹൃത്തുക്കൾക്ക് ഇടയിലായിരുന്ന അയാളെ എന്റെ വായിൽനിന്നു വീഴുന്ന ഒരൊറ്റ വാക്ക് ചിലപ്പോൾ അസ്വസ്ഥനാക്കിയേക്കാം. ഞാൻ നിശ്ശബ്ദത പാലിച്ചതും ഔചിത്യബോധത്തോടെ തളത്തിന്റെ മറ്റേയറ്റത്തുള്ള

മേശയ്ക്കരികിൽ ഇരിപ്പുറപ്പിച്ചതും അയാൾക്ക് ആശ്വാസം നൽകിയിരിക്കണം. അവിടെയിരുന്നാലും അയാളറിയാതെ എനിക്കയാളെ നിരീക്ഷിക്കാമായിരുന്നു. അല്പം മുന്നോട്ടു ചാഞ്ഞ് വളരെ പതിഞ്ഞ സ്വരത്തിലാണ് അയാൾ കൂട്ടുകാരോടു സംസാരിച്ചത്. എന്താ ഞാൻ കേട്ടേക്കുമെന്ന ഭയമാണോ? സമയം കളയാനെന്തു മാർഗം? ഞാനാലോചിച്ചു. എന്റെ എന്തു ചോദ്യം കേട്ടാലാണ് ആ നെറ്റിയിൽ വിയർപ്പു തുള്ളികൾ പൊടിയുക? "ഇപ്പോഴുമുണ്ടോ മുറിവൈദ്യം?" പിന്നെ അല്പനേരം മിണ്ടാതിരുന്നശേഷം "ലൂയിബ്ളെറിയോ ജെട്ടിയിൽ പ്രാക്ടീസുചെയ്യുന്നുണ്ടോ? അല്ല, മോസ്കോ സ്ട്രീറ്റിലെ രഹസ്യചേംബർ? പിന്നെ ഫ്രെസ്നയിലെ താമസം, അത് പുലിവാലായില്ലല്ലോ..." അവിടെ ആ മൂലയ്ക്ക് ഒറ്റയ്ക്കിരിക്കേ എനിക്ക് ചിരിയടക്കാനായില്ല. ഇതിനൊന്നും പ്രായം നോക്കാനില്ല. വർഷങ്ങൾക്കു ശേഷം പലതും പലരും ഹാസ്യജനകമോ അനുകമ്പാർഹമോ ആയിത്തീരും. ശിശുസഹജമായ നിഷ്കളങ്കതയോടെ നോക്കിക്കാണണമെന്നുമാത്രം.

അന്ന് ആദ്യത്തെ തവണ കോൻഡിയിൽ ചെന്നപ്പോൾ ഞാനൊരുപാടുസമയം കാത്തിരുന്നു. അവൾ വന്നില്ല. ക്ഷമ വേണം, വരും, ഇനിയൊരു ദിവസം വരും. ഞാൻ കോൻഡിയിലെ സന്ദർശകരെ ശ്രദ്ധിച്ചു. ഒരുത്തനും ഇരുപത്-ഇരുപത്തഞ്ചിലധികം പ്രായമുണ്ടാവില്ല. പത്തൊമ്പതാം നൂറ്റാണ്ടിലെ നോവലിസ്റ്റ് അവരെ ബൊഹീമിയൻ വിദ്യാർത്ഥികൾ എന്നു വിശേഷിപ്പിച്ചേനെ. പക്ഷേ, ഇവരിൽ ചുരുക്കം ചിലരേ സോർബോൺ യൂണിവേഴ്സിറ്റിയിലോ സ്കൂൾ ഓഫ് മൈൻസിലോ പ്രവേശനം നേടിയിരിക്കൂ. ഉള്ളതു പറയാമല്ലോ എനിക്ക് ഇവരുടെയൊക്കെ ഭാവിയെപ്പറ്റി വല്ലാത്ത വേവലാതി തോന്നിപ്പോയി.

ഒന്നിനുപുറകേ ഒന്നായി രണ്ടുപേർ അകത്തേക്കു കടന്നുവന്നു. ആദ്യം അദാമോവ്, പിന്നെ മെയ്വഴക്കമുള്ള ഒരു തവിട്ടുനിറക്കാരൻ. മോറിസ് റാഫേൽ എന്ന പേരിൽ അയാൾ പുസ്തകങ്ങളെഴുതിയിട്ടുണ്ട്. എനിക്കു അദാമോവിനെ കണ്ടു പരിചയുണ്ട്. മുമ്പ് ഓൾഡ്നേവി ബാറിൽ നിത്യസന്ദർശകനായിരുന്നു. അയാളെ മറക്കാനാവില്ല.

രഹസ്യവിവരവകുപ്പുമായി എനിക്ക് ബന്ധമുണ്ടായിരുന്ന കാലത്ത് അയാളുടെ നില കുറച്ചൊന്നു ഭേദപ്പെടുത്താൻ ഞാൻ സഹായിക്കുകയുണ്ടായി. മോറിസ് റാഫേലും ആ ഭാഗത്തെ ബാറുകളിൽ പതിവുകാരനായിരുന്നു. യുദ്ധസമയത്ത് മറ്റൊരു പേരിൽ എന്തൊക്കെയോ പൊല്ലാപ്പുണ്ടാക്കിയത്രെ. അന്ന് ഞാൻ ബ്ലിമോണ്ടിന്റെ സഹായിയായിരുന്നു. അവരിരുവരും കൗണ്ടറിനരികിലേക്കു വന്നു. മോറിസ് റാഫേൽ നീണ്ടുനിവർന്നു നിൽക്കുന്നു. അദാമോവ് കഷ്ടപ്പെട്ട് ഒരു സ്റ്റൂളിൽ വലിഞ്ഞു കയറിയിരുന്നു. എന്നെ കണ്ടിട്ടില്ല. എന്റെ മുഖം കണ്ട് ഇപ്പോഴും പ്രതികരിക്കുമോ എന്തോ? പിഞ്ഞിത്തുടങ്ങിയ മഴക്കോട്ടു ധരിച്ച ഒരു യുവതിയും മൂന്നു ചെറുപ്പക്കാരും അവരോടൊപ്പം ചേർന്നു. മോറിസ് റാഫേൽ സിഗരറ്റുപാക്കറ്റ് അവർക്കു നേരെ നീട്ടി. മന്ദസ്മിതത്തോടെ അവരെ താത്പര്യപൂർവം വീക്ഷിച്ചു. അദാമോവ് പരിചയം നടിച്ചില്ല. അവരെക്കണ്ട് ഭയന്നിട്ടെന്നപോലെ അയാളുടെ ദൃഷ്ടികൾ തീക്ഷ്ണമായി.

എന്റെ പോക്കറ്റിൽ ജാക്ലിൻ ഡുലോൻകിന്റെ രണ്ടു ഫോട്ടോ ഉണ്ടായിരുന്നു. ഒന്നിച്ചു ജോലിയെടുക്കാൻ തുടങ്ങിയതുമുതൽ ബ്ലിമോണ്ടിനെ വല്ലാതെ അദ്ഭുതപ്പെടുത്തിയിട്ടുള്ള ഒരു കാര്യമുണ്ട്. ആരെയും പെട്ടെന്നു തിരിച്ചറിയാനുള്ള എന്റെ സവിശേഷകഴിവ്. ഒരു മുഖം ഒരു തവണ കണ്ടാൽ മതി പിന്നെ അതെന്റെ സ്മരണയിൽ കൊത്തിവച്ച പോലിരിക്കും. ബ്ലിമോണ്ട് എന്നെ കണക്കിനു കളിയാക്കാറുണ്ട്. ഒരുത്തനെ ദൂരെനിന്നു കണ്ടാൽ മതി അല്ലെങ്കിൽ വെറും മുക്കാൽ ഭാഗം. അതുംവേണ്ട പൃഷ്ഠം കണ്ടാൽ മതി എനിക്ക് ആളെ തിരിച്ചറിയാനാകുമെന്ന്. അതുകൊണ്ട് എനിക്ക് യാതൊരു സംശയവുമില്ല. അവൾ കോൻഡിയിൽ കാലെടുത്തുവയ്ക്കുന്ന നിമിഷം ഞാനവളെ തിരിച്ചറിയും.

ഡോക്ടർ വാല കൗണ്ടറിലേക്കു നോക്കുന്നു. ഞങ്ങളുടെ നോട്ടമിടഞ്ഞു. അയാൾ സൗഹൃദഭാവത്തിൽ കൈവീശി. എനിക്കു പൊടുന്നനെ ഒരു കുസൃതി തോന്നി. അയാളെ സമീപിച്ച് ചിലതു ചോദിക്കാനുണ്ടെന്നു പറഞ്ഞാലോ. മറ്റുള്ളവരിൽനിന്നും നീക്കി നിർത്തി ഈ ഫോട്ടോകൾ കാണിച്ചിട്ട് എന്താ അറിയുമോ എന്നു ചോദിച്ചാലോ.

കോൻഡിയിലെ പതിവുകാരിൽനിന്നുതന്നെ ഈ പെൺ കുട്ടിയെക്കുറിച്ച് അറിയുന്നത് എനിക്കു പ്രയോജനകമായിരിക്കും.

അവളുടെ ലോഡ്ജിന്റെ അഡ്രസ്സു കിട്ടിയ ഉടൻ ഞാനവിടെ ചെന്നു. വിരസമായ ഉച്ചസമയമാണ് ഞാനതിനു തിരഞ്ഞെടുത്തത്. ആ സമയത്ത് അവളവിടെ കാണാനിടയില്ല. അതെന്റെ ഊഹം മാത്രം. റിസപ്ഷനിൽചെന്ന് അവളെപ്പറ്റി ചില ചോദ്യങ്ങൾ ചോദിക്കാം. ശിശിരകാല അപരാഹ്നം. വെയിലുണ്ട്. നടന്നു പോകാൻ ഞാൻ തീരുമാനിച്ചു. സെയിൻകരയിൽനിന്നു ഉള്ളോട്ട്. ഞാൻ ഷിയെനിൽ കയറി. ഒരു സിഗരറ്റ് കൊളുത്തി, കോണ്യാക്ക് ആവശ്യപ്പെട്ടു. എനിക്കു അല്പം സംഭ്രമമുണ്ടായിരുന്നെന്ന് തോന്നുന്നു. ചില്ലുഗ്ലാസ്സിലൂടെ മെയിൻ അവെന്യൂ കാണാം. അതിന്റെ ഇടതുവശത്തുള്ള നടപ്പാതയിലൂടെ വേണം പോകാൻ. പരിഭ്രമിക്കാനൊന്നുമില്ല. നടക്കാൻ തുടങ്ങിയതോടെ എന്റെ എല്ലാ സംഭ്രമവും തീർന്നു. അവളവിടെ ഉണ്ടാവില്ല തീർച്ച. മാത്രമല്ല ഞാൻ ലോഡ്ജിനകത്തേക്ക് കടക്കില്ല. ചുറ്റും നടന്നു നോക്കുകയേയുള്ളു. എന്തോ അന്വേഷിക്കുന്നതു പോലെ. ഈ പണിക്കുള്ള പൈസ കിട്ടിയതല്ലേ. പക്ഷേ, സെൽസ് റോഡിലെത്തിയപ്പോൾ അറ്റംവരെ പോകാൻ ഞാൻ തീരുമാനിച്ചു. ശാന്തമായ പഴയ റോഡ്. പട്ടണപ്രാന്തമോ ഗ്രാമമോ പോലല്ല. ഗോപ്യമായ ഉൾനാടുപോലെ. പിന്നെ ധൈര്യപൂർവം നേരെ ലോഡ്ജിന്റെ റിസപ്ഷണിലേക്കു കയറിച്ചെന്ന് ഒരു പ്രത്യേക സ്വരത്തിൽ ചോദിച്ചു

"ജാക്ലിൻ ഡുലാൻകിനെപ്പറ്റി..."

വിവാഹത്തിനുമുമ്പുള്ള പേരിലായിരിക്കും അവളിവിടെ രജിസ്റ്റർ ചെയ്തിരിക്കുകയെന്നു ഞാൻ അനുമാനിച്ചു.

റിസപ്ഷണിസ്റ്റ് മന്ദഹസിച്ചു. പിന്നിലെ ഷെൽഫിൽ നിന്നും ഒരു കവറെടുത്തു.

"നിങ്ങളാണോ മി. റോളാങ്ങ്?''

റോളാങ്ങ്, ഇവനിതാര്? എന്തായാലും ശരി, ഞാൻ അവ്യക്തമായി തല കുലുക്കി. അവൾ ആ കവർ എനിക്കു തന്നു. നീല മഷിയിൽ എഴുതിയിട്ടുണ്ട്. 'റോളാങ്ങിന്' കവർ ഒട്ടിച്ചിട്ടില്ല. ഉള്ളിൽ ഒരൊറ്റത്താൾ. ഞാനതു വായിച്ചു. *റോളാങ്ങ്*

5.00 മണിക്ക് കോൻഡിയിൽ എന്നെ കാണാൻ വരൂ. അതല്ലെങ്കിൽ ഒട്ടൈലിലേക്ക് ഫോൺ ചെയ്ത് വിവരമറിയിക്കൂ- ലൂക്കി.

ലൂക്കി? ജാക്ലിന്റെ ചുരുക്കപ്പേരോ? ഞാൻ താളു മടക്കി കവറിലിട്ട് തിരിച്ചുകൊടുത്തു.

“ഇത് ഇതെനിക്കുള്ളതല്ല, തെറ്റിപ്പോയി.”

അവൾക്ക് ഭാവഭേദമൊന്നും കണ്ടില്ല. യാന്ത്രികമായി കവർ തിരികെ പൊത്തിൽ വച്ചു.

“ജാക്ലിൻ ഡുലാൻക് ഒരുപാടുകാലമായോ ഇവിടെ താമസമാക്കിയിട്ട്?” അവളൊന്നു മടിച്ചു. പിന്നെ മര്യാദ വിടാതെ പറഞ്ഞു. “ഏതാണ്ട് ഒരു മാസമായിക്കാണും.”

“അത്രെയേയുള്ളോ?”

ഇനിയൊന്നും പറയാൻ തയ്യാറല്ലെന്ന ഭാവവും അവഗണനയും മുഖത്ത്. നോട്ടത്തിൽ വല്ലാത്ത മടുപ്പ്.

“താങ്ക്യൂ”

“യൂ ആർ വെൽകം”

ഇനിയിവിടെ ചുറ്റിപ്പറ്റി നിന്നിട്ട് കാര്യമില്ല. അയാൾ ആ റോളാങ്ങ് ഏതുനിമിഷവും ചാടി വീണേക്കാം. ഞാൻ മെയിൻ അവെന്യൂവിലേക്കു നടന്നു. പിന്നെയും ഷീയെനിൽ കയറി. വീണ്ടും സിഗരറ്റും ബ്രാൻഡിയും. ഫോൺ ഡയറക്ടറിയിൽ നോക്കി കോൻഡിയുടെ അഡ്രസ്സ് കണ്ടുപിടിച്ചു. ഓഡിയോങ്ങിനടുത്താണ്. ഇപ്പോൾ നാലു മണിയായതേയുള്ളു. ഇനിയും സമയമുണ്ട്. ഓട്ടൈലിലെ നമ്പറിലേക്ക് ഫോൺ ചെയ്തു. ഫോണിലൂടെ പരുക്കൻ ശബ്ദം.

“ഫോൺടേൻ ഗാരേജ്...ആരെയാണ് വേണ്ടത്?”

“ജാക്ലിൻ ഡുലാൻക് ഉണ്ടോ?”

“കുറച്ചു മുമ്പുവരെ ഇവിടുണ്ടായിരുന്നു. എന്തെങ്കിലും പറയാനുണ്ടോ?”

ഉടനെ റിസീവർ തിരിച്ചുവയ്ക്കാനാണ് തോന്നിയത്. പക്ഷേ, പറഞ്ഞൊപ്പിച്ചു. “ഇല്ല, ഒന്നും പറയാനില്ല.” ഒരു വ്യക്തിയെക്കുറിച്ച് കൃത്യമായി അറിയണമെങ്കിൽ അയാളുടെ പതിവുപാതകളെക്കുറിച്ചറിയണം. ഞാൻ പതുക്കെ

ഉരുവിട്ടു. *ലോഡ്ജ് സെൽസ് റോഡ്, ലാഫോൺടേൻ ഗാരേജ്, കോൻഡി കഫേ, ലൂക്കി. ന്യൂയി.* അതെ, ന്യൂയി. ബൊളോണ്യ പാർക്കിനും സെയിൻ നദിക്കുമിടയിലെ ന്യൂയി. അവിടെവച്ചാണ് അവളെപ്പറ്റിയുള്ള ആദ്യത്തെ ആ കൂടിക്കാഴ്ച നടന്നത്. ജാക്ലിൻ ഡ്യുലാൻക് ഷോറൂ എന്ന തന്റെ ഭാര്യയെക്കുറിച്ച് എന്നോടു സംസാരിക്കാൻ ആഗ്രഹിച്ച വ്യക്തിയുമായുള്ള കൂടിക്കാഴ്ച.

എന്നോട് സംസാരിക്കാൻ ആരാണ് അയാളെ ഉപദേശിച്ചതാവോ? അത് ചോദിക്കാൻ മറന്നുപോയി. അതു സാരമില്ല. ചിലപ്പോൾ ടെലഫോൺ ഡയറക്ടറിയിൽ എന്റെ പേരു കണ്ടു കാണും. മെട്രോ പിടിച്ചാണ് അങ്ങോട്ടു പോയത്. നേരിട്ടുള്ള ട്രെയിൻ. സാബ്ലൂണിലിറങ്ങി അര മണിക്കൂറോളം അവിടൊക്കെ ചുറ്റി നടന്നു. ഇതെന്റെ സ്വഭാവമാണ്. പരിസരത്തെക്കുറിച്ച് ഒരു ഏകദേശരൂപം അറിഞ്ഞുവയ്ക്കുക. അങ്ങനെ ആഴത്തിലൊന്നും വേണ്ട. ബ്ലിമോണ്ട് എന്നെ ശകാരിക്കും. കൈ നനയാതെ മീൻ പിടിക്കുകയാണെന്ന്. പക്ഷേ, എനിക്കങ്ങനെയല്ല തോന്നിയത്. ഒരു ലക്ഷ്യവുമില്ലാതെ അലസമായി നടക്കുമ്പോൾ ആ പരിസരത്തിന്റെ ചേതന മുഴുവൻ നിങ്ങളിലേക്ക് ഊർന്നിറങ്ങുന്നതുപോലെ തോന്നും.

അന്തരീക്ഷത്തിൽ ശിശിരകാലത്തിന്റെ സുഗന്ധം. മൃഗശാലയ്ക്ക് അരുകുപാകിയ റോഡിന്റെ ഇടതുവശത്തുകൂടിയാണ് ഞാൻ നടന്നത്. മരക്കൂട്ടങ്ങൾക്കിടയിലൂടെയുള്ള കുതിരപ്പാത. ഊ കല്ലുപാത കുറേക്കൂടി സുഗമമായെങ്കിൽ...

ഫോണിലൂടെ നിർവികാരമായ സ്വരത്തിലാണ് ഷോൺ -പെയർ ഷൂറു ഞാനുമായുള്ള കൂടിക്കാഴ്ച നിശ്ചയിച്ചത്. ഭാര്യയെപ്പറ്റിയാണ് എന്നു മാത്രമേ പറഞ്ഞുള്ളൂ. കുതിരപ്പാതയിലൂടെ മൃഗശാലയെ ചുറ്റി നടക്കവേ അയാളെ സങ്കല്പിച്ചെടുക്കാൻ ശ്രമിച്ചു. എന്തു പ്രായം കാണും? ശബ്ദം കേട്ടിട്ട് ചെറുപ്പമാണെന്നു തോന്നി. അതു ശരിയാവണമെന്നില്ല.

ദാമ്പത്യനാടകമോ അതോ ദാമ്പത്യനരകമോ? എനിക്കെന്തോ വിരസത തോന്നി. ഈ കൂടിക്കാഴ്ചയ്ക്ക് ചെല്ലേണ്ടതുണ്ടോ?മരക്കൂട്ടങ്ങൾക്കിടയിലൂടെ എതിർദിശയിലുള്ള

സാജെംസ് തടാകത്തിനുനേരെ എന്റെ കാലുകൾ നീങ്ങി. ശൈത്യകാലത്ത് ആ തടാകം ഘനീഭവിക്കും. സ്കെയിറ്റിംഗിന് ആളുകളെത്തും. ഇപ്പോൾ ഞാനൊരുത്തനെ ഈ പരിസരത്തുള്ളു. പാരീസ് നഗരമധ്യത്തിൽ നിന്ന് ഏറെ ദൂരെ സോളോണ്യയിലെ നായാട്ടുമൈതാനങ്ങളിലെത്തിയപോലൊരു തോന്നൽ. തൊഴിൽ സഹജമായ ജിജ്ഞാസ കാരണം മനസ്സിനകത്തെ നിരാശയും വിരസതയും എങ്ങനെയൊക്കെയോ അടിച്ചമർത്തി ഞാൻ വീണ്ടും ന്യൂയിലേക്കു തിരിച്ചു നടന്നു. പാരീസ് നഗരത്തിൽ നിന്നും എത്രയോ അകലെ. മഴ പെയ്യുന്ന മധ്യാഹ്നങ്ങളിൽ ഇവിടെ ഈ ന്യൂയിയിൽ, അല്ലെങ്കിൽ അങ്ങുദൂരെ സോളോണ്യയിൽ മൂവന്തി നേരങ്ങളിൽ ഷൂറോ നായിട്ടിനിറങ്ങും. നായാട്ടു സംഘങ്ങളുടെ കോലാഹലം കേൾക്കാനുണ്ടോ? ഭാര്യയും ഒപ്പം ഉണ്ടായിരുന്നിരിക്കുമോ? ബ്ലിമോണ്ടിന്റെ വാക്കുകളോർത്ത് ഞാൻ ചിരിച്ചുപോയി. “ഹോ, കെയ്സ്ലേ, നിങ്ങളുടെ ചിന്തകൾ പറപറക്കുന്നു. നിങ്ങൾക്കു പറ്റിയ ജോലി നോവലെഴുത്താണ്.”

മാഡ്രിഡ് അവെന്യൂവിന്റെ അങ്ങേത്തലയ്ക്കൽ ആധുനികരീതിയിലുള്ള അപ്പാർട്ട്മെന്റ് കെട്ടിടം. ചില്ലുഗ്ലാസ്സുകൊണ്ടുള്ള പ്രവേശനവാതിൽ. അതു കടന്നാൽ തുറസ്സായ തളം. അവിടന്ന് ഇടത്തോട്ട് തിരിയാനാണ് പറഞ്ഞത്. വാതിലിൽ നെയിംബോർഡ് ഉണ്ടെന്നു പറഞ്ഞിരുന്നു. ഗ്രൗണ്ട് ഫ്ളോർ അപ്പാർട്ട്മെന്റാണ്. തറനിരപ്പിലെ ഫ്ളാറ്റ്. ആ പറഞ്ഞതിൽ അല്പം വിഷാദം ധ്വനിച്ചിരുന്നോ? അതിനുശേഷം നീണ്ട നേരത്തെ മൗനം. കുറ്റസമ്മതത്തിൽ ഖേദിച്ചെന്നു വരുമോ?

“മുഴുവൻ വിലാസം?”

“നമ്പർ 11 ബ്രെറ്റിൽ അന്യൂ... ശരിക്കു കുറിച്ചെടുത്തോ? 11... അപ്പോൾ വൈകുന്നേരം നാലുമണിക്ക്.”

ഇപ്പോൾ സ്വരം സ്വാഭാവികമായിരിക്കുന്നു.

വാതിലിൽ ചെറിയ സ്വർണനിറത്തിലുള്ള നെയിംബോർഡ്. ഷോൺ-പെയർ ഷൂറു. അതിനു താഴെ പീപ്പ് ഹോൾ. ഞാൻ ബെല്ലടിച്ചു. കാത്തുനിന്നു. സങ്കല്പിച്ചു.

അകത്ത് ശാന്തവും നിശ്ശബ്ദവും ഏകാന്തവുമായ തളം. ഞാനല്പം താമസിച്ചുപോയെന്നു വരുമോ? അയാൾ ആത്മ ഹത്യ ചെയ്തു കാണുമോ? ഛേ, ഇങ്ങനെയൊന്നും വിചാരിക്കരുത്. എല്ലാം ഇട്ടെറിഞ്ഞ് ഓടാനുള്ള വ്യഗ്രത വീണ്ടും എന്നിലുണരുന്നു. തുറന്ന ആകാശത്തിനു കീഴെ ഉന്മേഷം പകരുന്ന ശുദ്ധവായു ശ്വസിക്കാൻ സോളോണ്യയിലേക്ക് പോയാലോ? ഇത്തവണ ബെല്ല് മൂന്നു പ്രാവശ്യം നിർത്തി നിർത്തി അടിച്ചു. വാതിൽ പൊടുന്നനെ തുറക്കപ്പെട്ടു. അയാളെന്താ വാതിലിനു പിന്നിൽ മറഞ്ഞുനിൽക്കയായിരുന്നോ? പീപ്പ്ഹോളിലൂടെ എന്നെ നിരിക്ഷിച്ചുകൊണ്ട്?

വെട്ടിച്ചെറുതാക്കിയ തവിട്ടുമുടി. നാൽപതു വയസ്സു കാണും. സാമാന്യത്തിലധികം ശരീരവലുപ്പം. നേവി ബ്ലൂ സൂട്ട്. നീല ഷർട്ട്. കോളർ തുറന്നു കിടക്കുന്നു. ഒരക്ഷരം പറയാതെ സ്വീകരണമുറിയെന്നു പറയാവുന്ന ഇടത്തേക്ക് എന്നെ നയിച്ചു. കോഫീടേബിളിനു പുറകിലുള്ള സോഫയിലേക്കു ചൂണ്ടി. ഞങ്ങളിരുവരുമിരുന്നു. അയാൾക്ക് സംസാരം തുടങ്ങാൻ വല്ലാത്ത വിമ്മിട്ടം. മയപ്പെടുത്താനെന്നോണം കഴിയുന്നത്ര മധുരമായി സൗമ്യമായി ഞാൻ ചോദിച്ചു.

"അപ്പോൾ ഭാര്യയെപ്പറ്റിയാണ്?"

അയാൾ നിസ്സംഗത പാലിക്കാൻ ശ്രമിക്കുന്നു. ഒരു ചിരി. അതെ, രണ്ടുമാസത്തോളമായി ഭാര്യ പോയിട്ട്. വളരെ നിസ്സാരമായ വാക്തർക്കമായിരുന്നു. ഭാര്യ പോയതിൽപ്പിന്നെ എന്നോടാണോ ഇക്കാര്യം ആദ്യമായി പറയുന്നത്? ജാലകത്തിന്റെ ഒരു വശത്തെ ഇരുമ്പുപാളി താഴ്ത്തി വച്ചിരിക്കുന്നു. രണ്ടുമാസം പുറത്തിറങ്ങാതെ അയാളിതിനകത്ത് കഴിച്ചുകൂട്ടുകയായിരുന്നോ? വീട്ടിനകത്ത് യാതൊരുവിധത്തിലുള്ള അലങ്കോലമോ അശ്രദ്ധയോ കാണാനില്ല. തുടക്കത്തിലെ പരുങ്ങലിനുശേഷം അയാളിപ്പോൾ ആത്മവിശ്വാസം വീണ്ടെടുത്തിരിക്കുന്നു.

"എല്ലാം വേഗം തെളിഞ്ഞുകിട്ടിയാൽ മതിയായിരുന്നു" അയാൾ പറഞ്ഞു. ഞാനയാളെ സൂക്ഷിച്ചുനോക്കി. കറുത്ത പുരികങ്ങൾക്കു താഴെ തെളിഞ്ഞ കണ്ണുകൾ. ഉയർന്ന കവിളെല്ലുകൾ. നല്ല വടിവുള്ള മുഖം. ചെറുതായി വെട്ടിയ

മുടി അയാളെ കുറേക്കൂടി സുമുഖനാക്കിയിരിക്കുന്നു. സ്പോർട്സ്മാനെപ്പോലുണ്ട്. ഒറ്റയ്ക്ക് സെയിൽബോട്ടിൽ നടുക്കടലിൽ സവാരി ചെയ്യുന്നത് സങ്കല്പിക്കാനാവും. കാഴ്ചയ്ക്ക് ആരോഗ്യവാൻ. ആകർഷണശക്തിയുള്ളവൻ. പിന്നെന്ത്യേ ഭാര്യ ഇയാളെ ഉപേക്ഷിച്ചു പോയത്?

ഭാര്യയെ കണ്ടുപിടിക്കാൻ ശ്രമങ്ങൾ നടത്തിയോ എന്നെനിക്ക് അറിയണമായിരുന്നു. ഇല്ല, നടത്തിയില്ല. അവൾ മൂന്നോ നാലോ തവണ ഫോൺ വിളിച്ചു. താനുമായി ബന്ധപ്പെടരുതെന്ന് ശക്തമായി വിലക്കി. വിശദീകരണങ്ങൾ ഒന്നും നൽകിയതുമില്ല. പക്ഷേ, അവളുടെ സ്വരത്തിന് ആകെയൊരു മാറ്റം സംഭവിച്ചിരിക്കുന്നു. ആ പഴയ ആളേയല്ല എന്നു തോന്നിപ്പോയി. ആത്മവിശ്വാസം നിറഞ്ഞ ശാന്തമായ പുതിയ സ്വരം. അതാണ് അയാളെ അന്ധാളിപ്പിച്ചത്. അവർക്കിടയിൽ 14-15 വയസ്സിന്റെ വ്യത്യാസം ഉണ്ടായിരുന്നു. അവൾക്ക് 22. അയാൾക്ക് 36. അയാൾ മറ്റു പല വിവരങ്ങളും നൽകി. പക്ഷേ, അകൽച്ച പാലിക്കുന്ന തണുപ്പൻ രീതിയിൽ. അതാണ് വിദ്യാഭ്യാസവും സംസ്കാരവുമുള്ളവരുടെ രീതി. അതുകൊണ്ടു വല്ല ഗുണവുമുണ്ടോ? ഇയാൾക്കിപ്പോൾ എന്താണ് വേണ്ടത്? ഭാര്യയെ തിരിച്ചുകിട്ടണോ അതോ അവളെന്തേ പോയത് എന്നറിയണോ? ഒരുപക്ഷേ, അത്രയും അറിഞ്ഞാൽ മതിയായിരിക്കും. സോഫയും കോഫീടേബിളുമല്ലാതെ സ്വീകരണമുറിക്കകത്ത് മറ്റു മരസാമാനങ്ങളില്ല. ജാലകത്തിനപ്പുറത്ത് റോഡ്. താഴെനിലയിലാണെങ്കിലും സാരമാക്കാനില്ല. കാരണം റോഡിൽ വലിയ ഗതാഗതമൊന്നുമില്ല. ഇരുട്ടു വീഴാൻ തുടങ്ങിയിരിക്കുന്നു. സോഫയ്ക്കടുത്തായി മുക്കാലിയിൽ ചെമന്ന ലാംപ്ഷേഡുള്ള വിളക്ക്, അയാൾ വിളക്ക് തെളിയിച്ചു. പൊടുന്നനെയുള്ള വെളിച്ചം. ഞാനൊന്നു രണ്ടു തവണ ഇമ പൂട്ടി. നിശ്ശബ്ദതയ്ക്ക് കട്ടികൂടി വന്നു. കാലുകൾ പിണച്ചുവച്ച് ചോദ്യങ്ങൾ പ്രതീക്ഷിച്ചുകൊണ്ട് ഇരിക്കയാണ് അയാൾ. സമയം ലാഭിക്കാനായി പോക്കറ്റിൽ നിന്ന് സ്പൈറൽബൈൻഡിട്ട ബുക്കും പെന്നും വലിച്ചെടുത്ത് ഞാൻ ചിലതൊക്കെ കുറിച്ചിട്ടു. അയാൾക്ക് 36. അവൾക്ക് 22. ന്യൂയി. താഴത്തെ നിലയിലെ

ഫ്ളാറ്റ്. ഫർണീച്ചറില്ല. റോഡിലേക്കു തുറക്കുന്ന ജനാലകൾ. റോഡിൽ വാഹനത്തിരക്കില്ല. കോഫീടേബിളിൽ ഏതാനും മാസികകൾ. ഞാനെന്തോ പ്രിസ്ക്രിപ്ഷൻ എഴുതുന്ന ഡോക്ടറാണെന്നതുപോലെ. അയാൾ ക്ഷമയോടെ കാത്തിരുന്നു.

"യുവതിയുടെ പേര്, അതായത് നിങ്ങളുടെ ഭാര്യയുടെ പേര്?"

"ഡുലാൻക്, ജാക്ലിൻ ഡുലാൻക്"

ജനനത്തിയതിയും സ്ഥലവും ഓ! വിവാഹത്തിയതിയും? ഡ്രൈവിംഗ്ലൈസൻസ് ഉണ്ടായിരുന്നോ? സ്ഥിരമായ ജോലി? ഇല്ല. വീട്ടുകാരും ബന്ധുക്കളും? പാരീസിലോ നാട്ടിൻപുറത്തോ? ചെക്ബുക്ക്? അയാൾ വിഷാദം പുരണ്ട സ്വരത്തിൽ സാവധാനം മറുപടി നൽകി. ഒരു പിടി വിവരങ്ങൾ. ഈ വിവരങ്ങൾ മാത്രമാണ് ഒരു മനുഷ്യജീവി ഈ ഭൂമുഖത്തൂടെ കടന്നുപോയി എന്നു സാക്ഷ്യപ്പെടുത്തുന്നത്. അതായത് ഈ സ്പൈറൽ ബുക്ക് ആർക്കെങ്കിലും കണ്ടെടുക്കാനായാൽ, അതിൽ കുനുകുനെ എഴുതിയിട്ടുള്ള എന്റെ കൈപ്പട വായിക്കാനായാൽ.

ഇനി കുറേക്കൂടി ബുദ്ധിമുട്ടുള്ള ചോദ്യങ്ങളിലേക്കു കടക്കേണ്ടിയിരിക്കുന്നു. ഒരാളുടെ സ്വകാര്യതയിലേക്ക് അനുവാദം ചോദിക്കാതെയുള്ള കടന്നുകയറ്റം. എന്ത് അവകാശത്തിന്റെ പേരിൽ?

"സുഹൃത്തുക്കളുണ്ടോ?"

"ഉവ്വ്, പതിവായി കാണാറുള്ള ചിലരുണ്ട്. ബിസിനസ്സ് സ്കൂളിൽവച്ച് പരിചയപ്പെട്ടവരാണ്. പിന്നെ ഷോൺ ബാപ്റ്റിസ്റ്റ് ഹൈസ്കൂളിലെ സുഹൃത്തുക്കൾ. സൻടാച്ചി റിയൽ എസ്റ്റേറ്റ് കമ്പനിയിൽ മാനേജിങ്ങ് പാർട്ടണറായി ചേരുന്നതിനുമുമ്പ് അവരോടൊപ്പമായിരുന്നു."

"നിങ്ങൾക്കിപ്പോഴും ജോലിയുണ്ടോ?"

"ഉവ്വ്, നമ്പർ 20, ലാപേ റോഡിലാണ് ഓഫീസ്"

"ഓഫീസിലേക്ക് എങ്ങനെയാണ് പോകാറ്?" ഓരോ വിശദാംശവും എത്രതന്നെ നിസ്സാരമാണെന്നു തോന്നിയാലും പലതും തുറന്നുകാട്ടും. കാറിലാണ്. ഇടയ്ക്കൊക്കെ

പലയിടത്തും ടൂറു പോകേണ്ടിവരും. ലിയോങ്, ബർദോ, ഫ്രഞ്ച് റിവിയറെ, ജനീവ. അപ്പോഴൊക്കെ ജാക്ലിൻ ഷൂറു തനിച്ച് ന്യൂയിയിൽ? ഇടയ്ക്കൊക്കെ അവളെയും കൂട്ടുമായിരുന്നു. ഫ്രഞ്ച് റിവിയേറിലേക്കു പോകുമ്പോൾ പ്രത്യേകിച്ചും. തനിച്ചാവുമ്പോൾ അവളെങ്ങനെ സമയം ചെലവഴിച്ചു? ഷൂറിന്റെ അന്തർധാനത്തെക്കുറിച്ച് വിവരങ്ങൾ തരാൻ, എന്തെങ്കിലും തുമ്പു തരാൻ ആരുമില്ലേ? ഇല്ല, എനിക്കറിയില്ല. എന്തെങ്കിലും രഹസ്യങ്ങൾ? ഇല്ല, അവളാരോടും ഒന്നും പറഞ്ഞിട്ടില്ല. എന്റെ ചങ്ങാതിമാർക്ക് ഭാവനാശക്തി പോരെന്ന് അവൾ എപ്പോഴും പരാതിപ്പെട്ടു. അവൾ അയാളേക്കാൾ പതിനഞ്ച് വയസ്സിനു ഇളയതായിരുന്നുവെന്ന വസ്തുതയും കണക്കിലെടുക്കണമല്ലോ.

ഒരു ചോദ്യമെന്നെ വല്ലാതെ കുഴപ്പത്തിലാക്കുകയാണ്, പക്ഷേ, ചോദിച്ചേ തീരൂ.

"അവൾക്ക് കാമുകനുണ്ടായിരുന്നെന്ന് തോന്നുന്നോ?"

എന്റെ സ്വരത്തിൽ അല്പം കാർക്കശ്യം. ഒരുതരം പുച്ഛം. ചോദിച്ചല്ലോ, തീർന്നു; അയാൾ മുഖം ചുളിച്ചു.

"ഇല്ല."

അയാളൊന്നു മടിച്ചു. എന്റെ കണ്ണുകളിലേക്കൊന്നുറ്റു നോക്കി. വാക്കുകൾ തിരഞ്ഞുപിടിക്കാൻ എന്നിൽനിന്നും പ്രോത്സാഹനം പ്രതീക്ഷിക്കുന്ന മട്ടിൽ. ഒരു ദിവസം രാത്രി അത്താഴത്തിന് ബിസിനസ്സ് സ്കൂളിലെ പഴയ കൂട്ടുകാർ വന്നിരുന്നു. അവരോടൊപ്പം അവരേക്കാളൊക്കെ പ്രായം കൂടിയ ഗി ദു വേരെ എന്നൊരാളുമുണ്ടായിരുന്നു. അധ്യാത്മികവിഷയങ്ങൾ, ധ്യാനം, അഭൗമികശക്തികൾ, മാന്ത്രികകല, യോഗാത്മവിദ്യ ഇവയിലൊക്കെ നല്ല ജ്ഞാനമുള്ള യാളായിരുന്നു. ഏതാനും പുസ്തകങ്ങൾ വായിക്കാൻ പറയുകയും ചെയ്തു. ഗി ദു വേരെയുടെ പല യോഗങ്ങളിലും സമ്മേളനങ്ങളിലും ഭാര്യ പങ്കെടുത്തു. ഓഫീസിലെ പണിത്തിരക്കുകാരണം തനിക്ക് അവളോടൊപ്പം പോകാനായില്ല. ഭാര്യ ഇതിലൊക്കെ താത്പര്യം പ്രദർശിപ്പിച്ചു. തന്നോടും ഇതേപ്പറ്റിയൊക്കെ പറയുമായിരുന്നു. പക്ഷേ, സത്യത്തിൽ വിഷയം അവൾക്ക് ശരിക്ക് പിടികിട്ടിയിരുന്നില്ല. ഗി ദു വേരെ

നിർദ്ദേശിച്ച പുസ്തകങ്ങളിൽ ഏറ്റവും സരളമായത് *ഓറി സോൺ പെർഡ്യു* ആയിരുന്നു.

ഭാര്യയുടെ തിരോധാനത്തിനുശേഷം ഗി ദു വേരെയു മായി സമ്പർക്കപ്പെടാൻ ശ്രമിച്ചോ? ഉവ്വ്, പലതവണ വിളിച്ചു ചോദിച്ചു. പക്ഷേ, തനിക്കൊന്നുമറിയില്ലെന്നാണ് ഗി ദു വേരെ പറഞ്ഞത്. നിങ്ങളത് വിശ്വസിക്കുന്നോ? അയാൾ ചുമലുകൾ കുലുക്കി ഹതാശ പ്രകടിപ്പിച്ചു. ഈ ഗി ദു വേരെ ഒഴിഞ്ഞു മാറുന്ന പ്രകൃതക്കാരനാണ്. അയാളിൽനിന്നും ഒരു വിവരവും കിട്ടാൻ പോകുന്നില്ല. അയാളുടെ ശരിയായ പേരും മേൽവിലാസവും? ഇല്ല, അഡ്രസ്സറിയില്ല. ഡയറക്ടറി യിൽ പേരില്ല.

ഇതിൽ കൂടുതലായി ഇനിയും എന്തൊക്കെ ചോദിക്ക ണമെന്ന ചിന്തയിലായി ഞാൻ. ഞങ്ങൾക്കിടയിലെ നിശ്ശ ബ്ദത അയാളെ ഒട്ടും അസ്വസ്ഥനാക്കുന്നതായി തോന്നി യില്ല. ഞങ്ങൾ അടുത്തടുത്തായി സോഫയിലിരിക്കയാണ്. ഡോക്ടറുടേയോ ദന്തവൈദ്യന്റേയോ റൂമിലെന്നപോലെ. ശൂന്യമായ ചുമരുകൾ. സോഫയ്ക്കു മുകളിലായി ചുമരിൽ ഒരു സ്ത്രീയുടെ ഫോട്ടോ. കോഫിടേബിളിൽ വച്ചിരുന്ന മാസികകളിലൊന്നെടുത്തു നോക്കിയാലോ? മനസ്സിൽ ശൂന്യത പടരുന്നു. ജാക്ലിൻ ഷൂറോയുടെ തിരോധാനം ഇപ്പോൾ ഒരു വെല്ലുവിളിയായി എനിക്കനുഭവപ്പെടുന്നു. പക്ഷേ, തുടക്കത്തിൽത്തന്നെ ഹതാശനാകരുത്. ഒരിക്കൽ അവളിരുന്നിരുന്ന ഈ സ്വീകരണമുറിയിൽ ഇപ്പോൾ അവ ളുടെ അഭാവം അനുഭവപ്പെടുന്നില്ലേ? അവരിവിടിരു ന്നാണോ അത്താഴം കഴിച്ചത്? അപ്പോൾ അതൊരു മടക്കു മേശയാവണം. എടുത്തു മാറ്റിവയ്ക്കാനാവുന്നത്. എനിക്ക് മറ്റൊരു കാര്യം അറിയണമായിരുന്നു. നൈമിഷികചാപല്യം കാരണം എല്ലാം ഇട്ടെറിഞ്ഞ് ഇറങ്ങിപ്പോയതാണെന്നു വരുമോ? അല്ലേയല്ല. ഡ്രസ്സുകളൊക്കെ എടുത്തിട്ടുണ്ട്. പിന്നെ ഗി ദു വേരെ നൽകിയ പുസ്തകങ്ങളും. മറ്റെല്ലാ സാധനങ്ങളും ഒരു തവിട്ടുസൂട്ട്കേസിലാക്കി കൂടെ കൊ ണ്ടുപോയിരിക്കുന്നു. അവളുടെ ഒരു പൊടിപോലും ഇവി ടില്ല. ടൂറുകളിലെടുത്ത ചുരുക്കം ചില ഫോട്ടോകൾ- അതും.

ഫ്ളാറ്റിനകത്ത് തനിച്ചിരിക്കുമ്പോൾ അവളെന്നെങ്കിലും തന്റെ ഭാര്യയായിരുന്നോ എന്നുപോലും തോന്നിപ്പോകുന്നു. ഇതൊന്നും ഒരു സ്വപ്നമല്ല എന്നു സ്ഥിരീകരിക്കാനായി ഒരേയൊരു വസ്തുവേയുള്ളു. വിവാഹത്തിനുശേഷം ലഭിച്ച കുടുംബപുസ്തകം. അയാളതാവർത്തിച്ചു- കുടുംബപുസ്തകം അതിൽ എന്തോ അടങ്ങിയിട്ടുണ്ടെന്ന മട്ടിൽ.

ഫ്ളാറ്റിലെ മറ്റു മുറികളും നടന്നുനോക്കി. ഒരു ഗുണവുമില്ല. ശൂന്യമായ മുറികൾ. ശൂന്യമായ അലമാരകൾ. റോഡിലൂടെ അതിവിരളമായി കടന്നുപോകുന്ന കാറുകൾ. ഫ്ളാറ്റിനകത്തു നിറഞ്ഞുനിന്ന നിശ്ശബ്ദതയെ ഭേദിച്ചെങ്കിലായി. സായാഹ്നങ്ങൾക്ക് എന്തൊരു ദൈർഘ്യം.

"താക്കോൽ കൊണ്ടുപോയിട്ടുണ്ടോ?"

അയാൾ നിഷേധാർത്ഥത്തിൽ തലയാട്ടി. ഇല്ല, ഏതെങ്കിലുമൊരു രാത്രിയിൽ അവളെത്തി എന്നറിയിക്കുന്ന മട്ടിൽ താക്കോൽദ്വാരത്തിൽ ചാവി തിരിയുന്ന ശബ്ദം കേൾക്കാനിടയില്ല. എന്നാലും അവൾ ഒരിക്കലും ഫോൺ വിളിക്കയില്ല എന്നും അയാൾ കരുതിയതല്ലേ?

"നിങ്ങളെങ്ങനെ പരിചയപ്പെട്ടു"

സൻടാച്ചിയിൽ താൽക്കാലികജീവനക്കാരിയായി വന്നതാണ്. ഒരു സെക്രട്ടറിയുടെ ഒഴിവിലേക്ക്. കമ്പനി ഉപഭോക്താക്കൾക്കുള്ള കത്തുകൾ അയാളാണ് ഡിക്റ്റേറ്റ് ചെയ്തിരുന്നത്. അങ്ങനെ പരിചയമായി. പിന്നെ കമ്പനിക്കു വെളിയിൽ വച്ചും അവർ കണ്ടുമുട്ടാൻ തുടങ്ങി. സ്കൂൾ ഓഫ് ഓറിയന്റൽ സ്റ്റഡീസിലെ വിദ്യാർത്ഥിനിയാണെന്നാണ് പറഞ്ഞത്. ആഴ്ചയിൽ രണ്ടു തവണ ക്ലാസ്സുണ്ടെന്നും. പക്ഷേ, ഏതു ഭാഷയാണെന്ന് കൃത്യമായി അയാൾക്ക് മനസ്സിലായതുമില്ല. ഏഷ്യൻ ഭാഷകൾ എന്നേ അവൾ പറഞ്ഞുള്ളു. രണ്ടുമാസത്തിനകം ഒരു ശനിയാഴ്ച രാവിലെ ന്യൂയിയിലെ മേയറുടെ ഓഫീസിൽവച്ച് അവർ വിവാഹിതരായി. സൻടാച്ചിയിലെ രണ്ടു സഹപ്രവർത്തകരായിരുന്നു സാക്ഷി. വേറെയാരുമുണ്ടായിരുന്നില്ല. അയാളെ സംബന്ധിച്ചിടത്തോളം അത് വെറുമൊരു ചടങ്ങുമാത്രമായിരുന്നു.

അതു കഴിഞ്ഞ് അവരൊക്കെ ഊണു കഴിക്കാൻ പോയി. ഇവിടെയടുത്ത് ബോളോണ്യാ പാർക്കിനു സമീപമുള്ള ഒരു ഹോട്ടലിലേക്ക്. ഈ പരിസരത്തുള്ളവരെല്ലാം പതിവായി പോകുന്ന ഹോട്ടൽ.

അല്പം പരുങ്ങലോടെ അയാൾ എന്റെ നേരെ നോക്കി. വിവാഹത്തെപ്പറ്റി കൂടുതലെന്തൊക്കെയോ പറയണമെന്നുണ്ട്. ഞാൻ പുഞ്ചിരിച്ചതേയുള്ളു. എനിക്ക് വിശദീകരണങ്ങളൊന്നും വേണമെന്നില്ല. അയാൾ വിമ്മിട്ടത്തോടെ പറഞ്ഞു

"നമ്മളൊക്കെ കണ്ണികൾ കോർത്ത് ബന്ധങ്ങൾ സൃഷ്ടിച്ചെടുക്കാൻ ശ്രമിക്കുന്നു. നിങ്ങൾക്ക് മനസ്സിലാവുന്നുണ്ടോ?"

ഉവ്വ്, എനിക്കു മനസ്സിലാവുന്നുണ്ട്. വഴുതിമാറുന്ന വഴിത്താരകൾക്കും മറഞ്ഞുപോകുന്ന ചക്രവാളങ്ങൾക്കുമിടയിൽ പാഴ്നിലംപോലെ പരന്നുകിടക്കുന്നു നമ്മുടെ ജീവിതം. അതിൽ അതിരടയാളങ്ങളിട്ട് ഭൂപടം വരച്ചെടുക്കാൻ നമ്മളൊക്കെ ശ്രമിക്കുന്നു. എന്നാലല്ലേ ഒന്നും യാദൃച്ഛികമല്ലെന്ന് വരുത്താനാവൂ. അതുകൊണ്ടാണ് നമ്മൾ കണ്ണികൾ കൂട്ടിച്ചേർത്ത് ബന്ധങ്ങൾ പടുത്തുയർത്തുന്നത്. അവയെ സ്ഥിരപ്പെടുത്താൻ ശ്രമിക്കുന്നത്.

ഞാൻ മൗനം പാലിച്ചു. എന്റെ കണ്ണുകൾ കോഫിടേബിളിലെ മാസികകളിൽ ഉടക്കിനിന്നു. അതിനടുത്ത് സിഞ്ജാനോ എന്ന ലേബലുള്ള വലിയൊരു മഞ്ഞ ആഷ്ട്രേ. അഡ്യൂ ഫോകോലോറ എന്നൊരു പുസ്തകം. *സൻടാച്ചി-ഷോൺ പെയർ ഷൂറൂ - ജാക്ലിൻ ഡ്വലാൻക്, സഞ്ചാന, ന്യൂയി മേയർ ഫോകോലോറ* ഇവയുടെയൊക്കെ അർത്ഥം കണ്ടെത്തണമല്ലോ.

"പിന്നെ അല്പം ആകർഷണശക്തിയൊക്കെയുള്ളതുകൊണ്ട് അവളെ പ്രേമത്തിൽ വീഴ്ത്താനായി."

അത്രയും പറഞ്ഞ് നാവെടുക്കുംമുമ്പ് അതു വേണ്ടായിരുന്നു എന്ന് അയാൾക്ക് തോന്നിപ്പോയിരിക്കുന്നു. കാണാതാകുന്നതിനു തൊട്ടുമുമ്പുള്ള ദിവസങ്ങളിൽ അവളിൽ എന്തെങ്കിലും പ്രത്യേകതകൾ കണ്ടിരുന്നുവോ? അങ്ങനെ ചോദിച്ചാൽ...ഉവ്വ്, അവൾ തങ്ങളുടെ നിത്യജീവിതത്തെപ്പറ്റി

പരാതി പറഞ്ഞുകൊണ്ടിരുന്നു. ഇതു ശരിക്കുള്ള ജീവിതമ ല്ലത്രെ. എന്നാൽ പിന്നെന്താണ് ശരിക്കുള്ള ജീവിതമെന്നു ചോദിച്ചപ്പോൾ അവൾ ഒന്നും പറഞ്ഞുമില്ല. ഇനിയഥവാ പറഞ്ഞാലും അതൊന്നും അയാൾക്ക് മനസ്സിലാവില്ലെ ന്നൊരു ഭാവം. താമസിയാതെ വീണ്ടും പഴയ മട്ടിലായി. സൗമ്യതയും പ്രസന്നഭാവവും തിരിച്ചുവന്നു. നീരസപ്പെട്ട തിൽ ക്ഷമ ചോദിച്ചെന്നു വരുത്തി. അതൊന്നും സാരമാ ക്കാനില്ലെന്നും എന്നെങ്കിലുമൊരിക്കൽ യഥാർത്ഥജീവിത മെന്താണെന്നു ബോധ്യപ്പെടുമെന്നും പറഞ്ഞു.

"അവളുടെ ഫോട്ടോ ഒരെണ്ണംപോലുമില്ലെന്നാണോ?"

ഒരുച്ചനേരത്ത് അവർ സെയിൻനദിക്കരയിലൂടെ നടക്കു കയായിരുന്നു. ഷാലെസ്റ്റേഷനിൽ നിന്ന് മെട്രോ പിടിച്ച് അയാൾക്ക് ഓഫീസിലേക്കു പോകണം. പാലായ് ബുളി വാഡിൽ ഒരു ചെറിയ ഫോട്ടോസ്റ്റുഡിയോയിലേക്ക് അവൾ പോയി. പാസ്പോർട്ട് പുതുക്കാനായി അവൾക്കൊരു ഫോട്ടോ വേണമായിരുന്നു. അയാൾ റോഡിൽ നിന്നതേ യുള്ളു. അവൾ പുറത്തുവന്ന് ഫോട്ടോ അയാളെ ഏല്പിച്ചു. തന്റെ കൈവശമിരുന്നാൽ കളഞ്ഞുപോയാലോ എന്ന പേടി. അയാളത് ഓഫീസിൽ വച്ചു. വീട്ടിലേക്കു കൊണ്ടുവരാൻ മറന്നുപോയി. ഭാര്യയെ കാണാതായ ശേഷം ഒരു നാൾ ഓഫീസിൽനിന്നത് കണ്ടുകിട്ടി.

"ഒരു മിനിട്ട്, ദാ വരുന്നു. "

അയാൾ സോഫയിൽനിന്നെഴുന്നേറ്റുപോയി. രാത്രി യായിരിക്കുന്നു. ഞാൻ വാച്ചിലേക്കു നോക്കി. ആശ്ചര്യം തന്നെ. മണി അഞ്ചേമുക്കാലേ ആയിട്ടുള്ളു. ഒരുപാടു നേര മായി ഇവിടേക്കു വന്നിട്ട് എന്നൊരു തോന്നൽ.

ഒരു കവറിനകത്ത് രണ്ടു ഫോട്ടോ. കവറിനു പുറത്ത് സൻടാച്ചി റിയൽ എസ്റ്റേറ്റ് (ഫ്രാൻസ്) 20, ലാപേ റോഡ്, പാരീസ് എന്ന് അച്ചടിച്ചിട്ടുണ്ട്. മുന്നിൽനിന്നും സൈഡിൽ നിന്നും എടുത്ത ഫോട്ടോകൾ. അതെന്തിന് സൈഡ്വ്യൂ? അത് വിദേശികൾക്ക് പറഞ്ഞിട്ടുള്ളതല്ലേ. ജാക്ലിൻ ഡുലാൻക് എന്ന പേരുതന്നെ തനി ഫ്രഞ്ച് അല്ലേ? രണ്ടു ഫോട്ടോയും തെരുപ്പിടിപ്പിച്ച് ഞാനാലോചനയിലാണ്ടു.

തവിട്ടുനിറത്തിലുള്ള മുടി. ഇളംനിറമുള്ള കണ്ണുകൾ. നിഷ്കളങ്കമായ, ഓമനത്തമുള്ള മുഖം. തണുത്തു മരവിച്ച രണ്ടു ഫോട്ടോ.

"ഇത് തത്കാലം കൈയിൽ വെക്കട്ടെ"

"അതിനെന്താ വച്ചോളൂ."

ഞാൻ കവർ പോക്കറ്റിൽ തിരുകി. ചില നേരങ്ങളിൽ മറ്റുള്ളവർ പറയുന്നതൊന്നും ശ്രദ്ധിക്കരുത്. ഇയാൾക്ക് - ഷൂറുവിന് - ജാക്ലിനെ ശരിക്കും മനസ്സിലാക്കാനായോ? ഇല്ലെന്നുവേണം പറയാൻ. ഒരു കൊല്ലത്തോളം ന്യൂയിയിൽ താഴത്തെ നിലയിലുള്ള ഫ്ളാറ്റിൽ അവരൊന്നിച്ചു താമസിച്ചു. അടുത്തടുത്തായി ഈ സോഫയിലിരുന്നു. ഇരുവരുമൊന്നിച്ചു മുഖാമുഖമിരുന്നോ സുഹൃത്തുക്കളുമൊന്നിച്ചോ അത്താഴം കഴിച്ചു. ഇതു മതിയോ മറ്റൊരാളുടെ മനോവ്യാപാരങ്ങൾ മനസ്സിലാക്കാൻ. ഞാനൊരു അവസാനശ്രമം നടത്തിനോക്കി. "അവൾ ബന്ധുക്കളെ കാണാൻ പോകുമായിരുന്നോ?"

"ഇല്ല, അവൾക്ക് ബന്ധുക്കളാരുമില്ലായിരുന്നു."

ഞാനെഴുന്നേറ്റു. സോഫയിലിരുന്ന അയാളുടെ മുഖത്ത് അസ്വസ്ഥത.

"പോകാൻ സമയമായി, വൈകി."

സൗഹൃദഭാവത്തിലാണ് ഞാനത് പറഞ്ഞത്. പക്ഷേ, ഞാൻ പോകാനൊരുങ്ങിയത് അയാളെ അല്പം അമ്പരപ്പിച്ചെന്നു തോന്നുന്നു.

"എത്രയും വേഗം വിളിക്കാം. നല്ല വിവരങ്ങളെന്തെങ്കിലും കിട്ടാതിരിക്കില്ല എന്നാണെന്റെ പ്രതീക്ഷ"

അയാളെഴുന്നേറ്റു മുമ്പത്തേതുപോലെത്തന്നെ സ്വപ്നാടകന്റേതുപോലുള്ള ചലനങ്ങൾ. ഇനിയൊരു ചോദ്യംകൂടി മനസ്സിലേക്കു കടന്നുവന്നു.

"അവളുടെ കൈയിൽ പൈസ വല്ലതും?"

"ഇല്ല."

"പോയശേഷം ഫോൺ വിളിച്ചപ്പോൾ എങ്ങനെയാണ് നിത്യവൃത്തി കഴിക്കുന്നതെന്നു പറഞ്ഞില്ലേ?"

"ഇല്ല."

അയാൾ വാതിലിനു നേരെ നടന്നു. എന്റെ ചോദ്യങ്ങൾക്ക് തൃപ്തികരമായ ഉത്തരം പറയാൻ അയാൾക്ക് കഴിഞ്ഞോ? ഞാൻ വാതിലു തുറന്നു. അയാളെന്റെ തൊട്ടു പുറകെത്തന്നെയുണ്ട്. ആ നിമിഷം എന്നെ എന്താണ് ആവേശിച്ചതെന്ന് പറയാനാവില്ല. മനസ്സിൽ ഒരുതരം കയ്പ്.

"ജീവിതകാലം മുഴുവൻ അവളോടൊപ്പം ചെലവിടാമെന്നായിരുന്നോ മോഹം?"

അയാളെ ഹതാശയിൽനിന്ന്, മയക്കത്തിൽനിന്നും ഉണർത്താനുള്ള ശ്രമമായിരുന്നോ അത്?

ഭയപ്പാടോടെ അയാളെന്നെ തുറിച്ചുനോക്കി. വാതിൽക്കൽ നിൽക്കുകയായിരുന്ന ഞാൻ അയാളുടെ ചുമലിൽ കൈവച്ചു. മൃദുവായി പറഞ്ഞു

"വിളിക്കാൻ മടിക്കേണ്ട, എപ്പോൾ വേണമെങ്കിലും."

അയാളുടെ മുഖത്തെ അങ്കലാപ്പു നീങ്ങി. ചിരിക്കാനുള്ള ശക്തി വീണ്ടെടുത്തിരിക്കുന്നു. വാതിലടയ്ക്കുന്നതിനുമുമ്പ് അയാൾ ഹസ്തദാനം ചെയ്തു. അടഞ്ഞ വാതിലിനു മുന്നിൽ ഞാനൊരുപാടുനേരം നിന്നു. എത്ര നേരമെന്നറിയില്ല. ഞാനെല്ലാം ഭാവനയിൽ കണ്ടു. അയാൾ സോഫയിൽ തനിച്ചിരിക്കുകയാണ്. മുമ്പിരുന്ന അതേ സ്ഥലത്തുതന്നെ.

കോഫിടേബിളിൽ അടുക്കിവച്ചിരിക്കുന്ന മാസിക യാന്ത്രികമായി വലിച്ചെടുക്കുന്നു.

രാത്രിയായിരിക്കുന്നു. താഴത്തെ നിലയിലെ ഫ്ളാറ്റ്. ചെമന്ന ലാംപ്ഷേയ്ഡിട്ട മേശവിളക്ക്. ആ വെട്ടത്തിലിരിക്കുന്ന മനുഷ്യൻ മനസ്സിൽനിന്നും മായുന്നേയില്ല. അന്നു രാത്രി കിടക്കുന്നതിനുമുമ്പ് അയാളെന്തെങ്കിലും കഴിക്കുമോ? വീട്ടിൽ അടുക്കളയുണ്ടോ? എന്നെങ്കിലുമൊരിക്കൽ അയാളെ അത്താഴത്തിനു ക്ഷണിക്കണം. ഒരുപക്ഷേ, ചോദ്യങ്ങൾ ചോദിക്കാതെത്തന്നെ അയാളിൽനിന്ന് വീണേക്കാവുന്ന ഒരു വാക്ക് അഥവാ സ്വമേധയാ നടത്തിയേക്കാവുന്ന കുറ്റസമ്മതം. ജാക്വിനിലേക്കുള്ള അന്വേഷണപാതയിലേക്ക് എന്നെ അതിവേഗം നയിച്ചെന്നുവരും. ബ്ലിമോണ്ട് എപ്പോഴും

പറയാറുള്ളതാണ്. എത്ര പിടിവാശിക്കാരനായാലും ശരി ഓരോരുത്തനും ഓരോ സമയമുണ്ട്. സഹനശക്തിയുടെ നെല്ലിപ്പടിയിലെത്തുന്ന സമയം. ആ സമയമെത്തിയാൽ അവൻ എല്ലാം തുറന്നു പറയും. അതുവരെ ക്ഷമയോടെ കാത്തിരിക്കണം. എന്നുവച്ച് വെറുതെ കാത്തിരിക്കയല്ല, അവനറിയാതെ കൊച്ചുകൊച്ചു സൂചിമുനകൾ കൊണ്ട് ആ പ്രക്രിയ ത്വരിതപ്പെടുത്തണം. അല്പം ബുദ്ധിമുട്ടുള്ള കാര്യമാണ്. ഇതെന്റെ ഉദ്യോഗമായിപ്പോയില്ലേ? പോർട്ട് മയ്ളോയിലെത്തിയിരിക്കുന്നു. ഊഷ്മളമായ സായാഹ്നം. ഇത്തിരി നേരം നടന്നേക്കാം. പക്ഷേ, കാലിനു വല്ലാത്ത വേദന. പുതിയ ഷൂസായതുകൊണ്ടാണ്. അവെന്യൂവിൽ കണ്ട ആദ്യത്തെ കോഫിഷോപ്പിലേക്കു കയറിച്ചെന്നു. ജനാലയ്ക്കരികിലുള്ള മേശ. സർവർ എത്തിയപ്പോൾ എനിക്ക് നിയന്ത്രിക്കാനായില്ല. ഒരു ഗ്ലാസ് ഇസ്സഹ. ക്ഷണനേരത്തേക്കെങ്കിലും മധുരവും മറവിയും ആവശ്യമായിരിക്കുന്നു.

പോക്കറ്റിൽനിന്നും കവറെടുത്ത് ഞാൻ ഫോട്ടോകളിലേക്കു നോക്കി. അവളിപ്പോൾ എവിടെയായിരിക്കും? എന്നെപ്പോലെ ഏതോ ഒരു കഫേയിൽ തനിച്ചിരിക്കുകയായിരിക്കുമോ? അയാൾ പറഞ്ഞ വാക്കുകൾ- *നമ്മളൊക്കെ ബന്ധങ്ങൾ സൃഷ്ടിച്ചെടുക്കാൻ ശ്രമിക്കുന്നു.* പ്രണയം! റോഡിൽ വെച്ചാവാം. തിരക്കുള്ള മെട്രോസ്റ്റേഷനിൽ വെച്ചാവാം. അവ നിലനിർത്താൻ ഇനി പരസ്പരം വിലങ്ങുകളിട്ട് ബന്ധിപ്പിക്കേണ്ടിവരും. ഒഴുക്കിൽപെട്ടുപോയാൽ ഏതു വിലങ്ങിന് ചെറുത്തുനിൽക്കാനാകും? അജ്ഞാതമായ ഒരോഫീസ്. താത്കാലിക ഒഴിവിലേക്കെത്തിയ ടൈപ്പിസ്റ്റിന് നൽകപ്പെടുന്ന നിർദ്ദേശങ്ങൾ. ന്യൂയിയിലെ താഴത്തെ നിലയിലുള്ള ഫ്ളാറ്റ്. ഒഴിഞ്ഞ ചുമരുകളും ശൂന്യമായ മുറികളും. അത് പ്രദർശനത്തിനു വച്ചിരിക്കുന്ന മാതൃകാഫ്ളാറ്റാണ്. അതിലൂടെ ആരെങ്കിലും കടന്നുപോയതായ ലക്ഷണം അവശേഷിച്ചിട്ടില്ല. രണ്ടു ഫോട്ടോകൾ- ഒന്നു നേർക്കുനേരെ. മറ്റേതു ഒരു വശത്തുനിന്ന്. ആ ഫോട്ടോകളിൽനിന്നാണോ ബന്ധങ്ങളിലേക്കുള്ള കണ്ണികൾ കണ്ടെത്തേണ്ടത്? ഈ ഉദ്യമത്തിൽ എന്നെ സഹായിക്കാൻ കഴിയുന്ന ഒരു വ്യക്തിയുണ്ട്. ബെർണോൾ. ബ്ലിമോണ്ടിന്റെ കമ്പനി വിട്ടതിൽപ്പിന്നെ ഈ

മൂന്നു കൊല്ലത്തിനിടയ്ക്ക് ഒരു തവണ മാത്രമേ ബെർണോളിനെ കണ്ടിട്ടുള്ളു. ഒരുച്ചയ്ക്ക് നൊത്രഡാമിന്റെ മുന്നിലൂടെ ഞാൻ മെട്രോയിലേക്ക് പോകുകയായിരുന്നു. അപ്പോഴതാ ഒരാൾ. കീറിപ്പറിഞ്ഞ മഴക്കോട്ട്. കണങ്കാലുവരെയുള്ള പാന്റ്സ്. ചെരിപ്പുകൾ ഊരിപ്പിടിച്ചിരിക്കുന്നു. ഷേവു ചെയ്തിട്ടില്ല. മുടിക്കു വല്ലാത്ത നീളം. എന്നിട്ടും ഞാൻ ബെർണോളിനെ തിരിച്ചറിഞ്ഞു. അയാളോട് സംസാരിക്കാനായി പിന്നാലെ ചെന്നു. പക്ഷേ, അയാളാണെങ്കിൽ എത്ര വേഗത്തിലാണ് നടന്നത്. പൊലീസ് സ്റ്റേഷന്റെ ഭീമാകാരമായ ഗേറ്റു കടന്ന് അകത്തേക്കു കയറിപ്പോയി. ഞാനൊന്നു മടിച്ചു. അയാൾക്കൊപ്പം നടന്നെത്താൻ കഴിഞ്ഞില്ല. ഇനി പൊലീസ്സ്റ്റേഷനിൽ നിന്നു തിരിച്ചുവരുന്നതുവരെ വഴിവക്കിൽ കാത്തുനിൽക്കുകതന്നെ. ഒന്നുമില്ലെങ്കിലും ഞങ്ങൾ ഇളംപ്രായത്തിലെ കൂട്ടുകാരല്ലേ.

അതേ ഗേറ്റിലൂടെ ബെർണോൾ തിരിച്ചുവന്നു. അല്പം മുമ്പ് കണ്ട ആളേയല്ല. നീല കോട്ട്. ഫ്ളാനൽ പാന്റ്സ്. കറുത്ത ഷൂ. വൃത്തിയായി ക്ഷൗരം ചെയ്തിരിക്കുന്നു. ഞാനടുത്തേക്കു വരുന്നതു കണ്ടപ്പോൾ കുപിതനായി. ഒരക്ഷരം ഉരിയാടാതെ ഞങ്ങൾ പ്ലാറ്റുഫോമിലൂടെ നടന്നു. സോളെദോറിനു കുറച്ചപ്പുറമായി ഒരിടത്തിരുന്നപ്പോൾ അയാളെന്നോടു പറഞ്ഞു- ഇപ്പോൾ ഇന്റലിജൻസ് വിഭാഗത്തിനുവേണ്ടി പണിയെടുക്കുന്നു. വിവരങ്ങളെത്തിക്കുന്നവനായും ചിലപ്പോൾ രഹസ്യചാരനായും. മാർക്കറ്റുകൾ, സ്റ്റേഷനുകൾ എന്നിവയുടെ പരിസരങ്ങളിലും ലാറ്റിൻപ്രാന്തത്തിലും ഉള്ള ഒളിത്താവളങ്ങളിൽ എന്തു നടക്കുന്നുവെന്നറിയാനാണ് തെണ്ടിയുടെ വേഷമിട്ടു നടക്കുന്നത്. വിഷാദം പുരണ്ട ചിരി. പതിനാറാം വാർഡിൽ ഒറ്റമുറിയിലാണ് താമസം. ഫോൺ നമ്പർ തന്നു. ഞങ്ങൾ പഴയ കാലങ്ങളെക്കുറിച്ച് സംസാരിച്ചതേയില്ല. അയാളുടെ കൈവശം ഒരു സഞ്ചിയുണ്ടായിരുന്നു. അതിലെന്താണെന്ന് ഞാൻ പറഞ്ഞിരുന്നെങ്കിൽ അയാൾ അദ്ഭുതപ്പെടുമായിരുന്നോ? ഒരു കീറിപ്പറിഞ്ഞ മഴക്കോട്ട്, രണ്ടു പാന്റ്, ഒരു ജോടി ചെരിപ്പ്.

ഷൂറുമായി കൂടിക്കാഴ്ച നടന്ന അതേ ദിവസം രാത്രി ഞാൻ ബർണോളിനെ വിളിച്ചു. അന്ന് കണ്ടതിൽ പിന്നീട്

ചില വിവരങ്ങൾ എനിക്കുവേണ്ടി അയാൾ ശേഖരിച്ചിരുന്നു. ഇത്തവണ ജാക്ലിൻ ഷൂറുവിനെപ്പറ്റിയുള്ള വിവരങ്ങളാണ് ഞാനാവശ്യപ്പെട്ടത്. അവളെപ്പറ്റി ഭർത്താവ് നൽകിയ വിവരങ്ങ ളെല്ലാം ഞാൻ കൈമാറി. ഇത്രയേയുള്ളു എന്ന് നിരാശ യോടെ ബെർണോൾ ചോദിച്ചു. കിടപ്പറ രഹസ്യങ്ങളൊന്നു മില്ലേ എന്നും ചോദിച്ചു. ഞാനവരുടെ കിടപ്പറ സങ്കൽപ്പി ച്ചെടുക്കാൻ ശ്രമിച്ചു. ഒറ്റക്കിടക്ക മാത്രമുള്ള ഒഴിഞ്ഞ മുറി.

അതേത്തുടർന്നുള്ള ആഴ്ചകളിൽ ഷൂറു എന്നെ പല തവണ രാത്രി ഏഴുമണിക്ക് വിളിച്ചു. നിർവികാരമായ ശബ്ദം. ചിലപ്പോൾ ആ സമയത്ത് താഴത്തെ നിലയിലുള്ള ഫ്ളാറ്റിൽ തനിച്ചിരിക്കേ ആരോടെങ്കിലും സംസാരിക്കണ മെന്നു തോന്നിക്കാണും. ഞാനയാളെ ഉപദേശിച്ചു. അല്പം കൂടി ക്ഷമിക്കൂ. എനിക്കു തോന്നി അയാൾക്ക് വിശ്വാസം നഷ്ടപ്പെട്ടിരിക്കുന്നു. ഭാര്യ തിരിച്ചുവരികയില്ലെന്ന വസ്തു തയുമായി പതുക്കെ പൊരുത്തപ്പെട്ടിട്ടുണ്ടാകാം. അങ്ങനെ യിരിക്കേ ബെർണോളിന്റെ കത്തു കിട്ടി.

പ്രിയപ്പെട്ട കെയ്സ്ലേക്ക്,

ഷൂറുവിനെപ്പറ്റി ചിലത്. കൂടുതലൊന്നുമില്ല. സന്ദർഭവശാൽ 9, 16 വാർഡുകളിലെ പഴയ ചില പൊലീസ്ദൈനംദിന രജിസ്റ്ററുകളിൽ തപ്പിനോക്കേണ്ടിവന്നു. അവയിൽ നിന്നും കിട്ടിയത്.

ഏതാണ്ട് ഏഴു കൊല്ലം മുമ്പുള്ള കാര്യമാണ്. രണ്ടു തവണ ഷാക്ലീൻ ഡുലാൻക് പതിനഞ്ചു വയസ്സ് എന്നെ ഴുതിക്കണ്ടു. ആദ്യത്തേത് സാഷോർഷ് പൊലീസ് സ്റ്റേഷ നിലും പിന്നെ ഏതാനും മാസങ്ങൾക്കുശേഷം ഗ്രോങ് കാരി യെഴിസ് പൊലീസ് റെക്കാർഡിലും. കാരണം ജുവനൈൽ വാഗ്രൻസി(തെണ്ടിത്തിരിയുന്ന ബാലിക) അമ്മയോടൊപ്പം 18-ാം വാർഡിലെ റേച്ചൽ സ്ട്രീറ്റിൽ പത്താം നമ്പർ വീട്ടിൽ താമസിക്കുന്നുവെന്ന് എഴുതിക്കണ്ടു.

പിന്നീട് രണ്ടുകൊല്ലക്കാലം സാറെമോ ലോഡ്ജ് നമ്പർ 8 ദർമായി റോഡ്, വാർഡ് 17, മെത്രോപോൾ ലോഡ്ജ്, നമ്പർ 13 ലെറ്റ്വായ് റോഡ് വാർഡ് 17 എന്നിവിടങ്ങളിൽ ജാക്ലിൻ താമസിച്ചിട്ടുണ്ട്. ഇപ്പോൾ 14-ാം വാർഡിൽ സെൽസ്

റോഡിലെ സാവോയ് റോഡിലാണ് താമസം. അമ്മ നാലു കൊല്ലം മുമ്പ് മരിച്ചു. ജനനസർട്ടിഫിക്കറ്റിന്റെ കോപ്പി ഇതോടൊപ്പം അയയ്ക്കുന്നു. അതിൽ അച്ഛൻ-അജ്ഞാതൻ - എന്നെഴുതിയിട്ടുണ്ട്. അമ്മയ്ക്ക് മൂളോ റോഷിലായിരുന്നു ജോലി. അവർക്ക് ഒരു സുഹൃത്തുണ്ടായിരുന്നു. ഗിലവീണ്യെ. പതിനാറാം വാർഡിലെ ലാ ഫോൺടേൺ ഗരാജിലാണ് അയാൾക്ക് ജോലി. അയാൾ അവരെ സഹായിച്ചിരുന്നു. ജാക്ലിന് സ്ഥിരമായ ജോലിയില്ല. ഇത്രയേ കണ്ടെടുക്കാനായുള്ളു. ഇടയ്ക്കൊക്കെ കാണുമല്ലോ. ഞാൻ പക്ഷേ, ഔദ്യോഗികവേഷത്തിലായിരിക്കില്ലെന്നു മാത്രം. ഈ ആൾമാറാട്ടം കണ്ട് ബ്ലിമോണ്ട് ചിരിച്ചു മണ്ണു കപ്പിയേനെ. നിനക്ക് അത്ര ചിരി വരില്ല, എനിക്കാണെങ്കിലോ ഒട്ടും വരില്ല.

നന്മകൾ നേർന്നുകൊണ്ട്

ബെർണോൾ

ഇനി ഷൂറുവിനെ വിളിച്ച് രഹസ്യം പരസ്യമായെന്നു പറഞ്ഞാൽ മതി. പക്ഷേ, അതെപ്പോഴാണ് വേണ്ടെന്നു വച്ചത്. ഞാനാലോചിക്കുകയാണ്. രണ്ടുവട്ടം റിസീവർ കൈയിലെടുത്തതാണ്. പക്ഷേ, അവിടെത്തന്നെ വച്ചു. ഇനിയൊരിക്കൽക്കൂടി ആ വീട്ടിലേക്ക് ഉച്ചനേരത്ത് പോവുക! പിന്നെ സന്ധ്യ മയങ്ങുന്നതുവരെ മേശവിളക്കിന്റെ ചുവന്ന വെട്ടത്തിൽ അയാളോടൊപ്പം ഇരിക്കുക! ഓ, ഇതൊന്നും ചിന്തിക്കാനാവുന്നില്ല. മേശയ്ക്കകത്തിരുന്ന പാരീസ് മാപ്പെടുത്ത് മടക്കുകൾ നിവർത്തി മേശമേൽ വച്ചു. പലയിടത്തും പിഞ്ഞിയിട്ടുണ്ട്. അവിടവിടെ സുതാര്യമായ ടേപ്പു വച്ച് ഒട്ടിച്ചിട്ടുണ്ട്. മുറിവുകളിൽ ബാൻഡേജെന്നപോലെ. *കോൻഡി, ന്യൂയി, ലെറ്റാൽ, റേച്ചൽ അവെന്യൂ...* ഔദ്യോഗികജീവിതത്തിൽ ഇതാദ്യമായി അന്വേഷണത്തിന്റെ ദിശ മാറ്റിയേ തീരൂ എന്നുറപ്പായി. അതെ, ഇതുവരെ ഞാനിപ്പോഴത്തെ ജാക്ലിനെ തിരയുകയായിരുന്നു. ഇനി അതല്ല അറിയേണ്ടത് ഏതു വഴിയിലൂടെയാണ് അവൾ ഇവിടെ എത്തിയതെന്നാണ്. ഷൂറുവിനെ കണക്കാക്കേണ്ടതില്ല. അയാളൊരു അധികപ്പറ്റ്. കൈയിൽ കറുത്ത ബ്രീഫ്കേസുമായി എന്നെന്നും സൻടാച്ചി ഓഫീസിലേക്കു പോകുന്നവൻ.

യഥാർത്ഥത്തിൽ ഇവിടെ ശ്രദ്ധയർഹിക്കുന്നത് ജാക്ലിനാണ്. എന്റെ ജീവിതത്തിലേക്ക് നിരവധി ജാക്ലിന്മാർ വന്നിട്ടുണ്ട്. ഒരുപക്ഷേ, ഇതായിരിക്കും അവസാനത്തേത്.

റേച്ചൽ അവെന്യൂവിനെ കോൺഡിയുമായി ബന്ധിപ്പിക്കുന്ന തെക്കുവടക്കു മെട്രോലൈനിൽ ഞാൻ കയറിപ്പറ്റി. സ്റ്റേഷനുകൾ ഒന്നൊന്നായി കടന്നുപോകവേ മനസ്സിലൂടെ കാലചക്രം പിന്നോട്ട് നീങ്ങി. ഞാൻ പിഗാലയിലിറങ്ങി ഫ്ളാറ്റുഫോമിൽനിന്ന് നടപ്പാതയിലേക്കു കയറി. ശിശിരകാലമധ്യാഹ്നം. ഭാവിയെക്കുറിച്ച് സ്വപ്നങ്ങൾ നെയ്തെടുക്കാനുള്ള സമയം. പുതിയൊരു ജീവിതം തുടങ്ങാനുള്ള സീറോ പോയിന്റ്, തുടക്കബിന്ദു. ഈ പരിസരത്തുതന്നെയല്ലേ ജാക്ലിനും ജീവിതമാരംഭിച്ചത്? അവളുമായി ഒരു കൂടിക്കാഴ്ചയ്ക്കു പോകുകയല്ലേ ഞാൻ? ബ്ളോഷ്കവലയിലെത്തിയപ്പോൾ എന്റെ ഹൃദയമിടിപ്പിനു വേഗത കൂടി. ഉദ്വേഗവും ഭയവും തോന്നി. എനിക്കിത്തരമൊരു അനുഭൂതിയുണ്ടായിട്ട് ഒത്തിരി നാളായി. നടപ്പാതയിലൂടെ കൂടുതൽ മുന്നോട്ട്, കൂടുതൽ വേഗത്തിൽ ഞാൻ നടന്നു. ഈ പരിസരം എനിക്കു സുപരിചിതമാണ്. കണ്ണുംപൂട്ടി നടക്കാനാവും. മൂളാ റോഷ്. സാങ്ഗ്ലിയർ ബ്ലൂ. ആർക്കറിയാം അമ്മയെ കാണാനായി അവൾ മൂളാ റോഷിലേക്കു വരവേ എത്ര തവണ ഞാനവളെ കടന്നുപോയിട്ടുണ്ടാകും? അതല്ലെങ്കിൽ ഷൂൾ-ഫെറി ഹൈസ്കൂളിനു മുന്നിൽവച്ച്? ദാ, ഞാനാ സ്കൂളിനു മുന്നിലെത്തിയിരിക്കുന്നു. റോഡിന്റെ വളവിലുള്ള തിയേറ്ററിന്റെ കാര്യം മറന്നുപോയല്ലോ. അതിന്റെ പേര് മെക്സിക്കോ സിറ്റി എന്നാണ്. ആ പേര് യാദൃച്ഛികമല്ല. ഓടിപ്പോകാനും ഒളിഞ്ഞിരിക്കാനും സാധ്യതകളൊരുക്കിത്തരുമല്ലോ. സെമിത്തേരിയിലേക്കു നയിക്കുന്ന റേച്ചൽ അവെന്യൂ. എത്ര ശാന്തിയും സമാധാനവുമാണിവിടെ. അക്കാര്യം ഞാൻ മറന്നുപോയതാണോ? എന്തിനു സെമിത്തേരിയെക്കുറിച്ചോർക്കണം? ഭാഗ്യമുണ്ടെങ്കിൽ ഇങ്ങനെയാവാമല്ലോ. കുറെക്കൂടി ഉള്ളിലോട്ടു നടന്നാൽ നാട്ടിൻപുറത്തെത്തും. അതിനപ്പുറം കടൽ. കടലോരപ്പാത. റേച്ചൽ സ്ട്രീറ്റിലെ പത്താം നമ്പർ ബഹുനിലക്കെട്ടിടത്തിനു മുന്നിൽ ഒരു നിമിഷം ശങ്കിച്ചുനിന്നശേഷം ഞാൻ അകത്തേക്കു കടന്നു. വാതിൽക്കൽ വാച്ചുമാന്റെ ചില്ലുഗ്ലാസ്സിട്ട

മുറി. അയാളെ വിളിക്കണോ? വേണ്ട, എന്തിന്? ഒരാവശ്യവുമില്ല. താമസക്കാരുടെ പേരെഴുതിവച്ചിട്ടുണ്ട്. ഞാനെന്റെ പോക്കറ്റ്ബുക്കും പെന്നും കൈയിലെടുത്തു പേരുകൾ കുറിച്ചെടുത്തു.

ഡെലോർഡ്(ക്രിസ്റ്റ്യാൻ)

ഡീഷ്(ഗീസെൽ)

ഡ്യൂപി(മാർത്)

ഈനോ(ഇവെറ്റ്)

ഗ്രാവിയേ(അലിസ്)

മനൂറി(ആൽബിൻ)

മരിസ്കാ

വാൻബ്രൂസ്റ്റർ ഹൗട്ട്(ഹുഗെറ്റ്)

സസാനി(ഓഡെറ്റ)

ഡുലോൻക് ജനവീവ് എന്ന പേരു വെട്ടിയിട്ടാണ് വാൻബ്രൂസ്റ്റർ ഹൗട്ട് (ഹുഗെറ്റ്) എന്നെഴുതിയിട്ടുള്ളത്. അമ്മയും മകളും അഞ്ചാംനിലയിലായിരുന്നു താമസം. പുസ്തകം പോക്കറ്റിൽ തിരുകവേ ഞാൻ നിശ്ചയിച്ചു ഈ വിവരങ്ങളൊക്കെ, ഇപ്പോൾ എന്റെ കയ്യിൽ മാത്രം, എനിക്കു മാത്രം. പുറത്തേക്കു വന്ന് അഞ്ചാംനിലയിലേക്കു നോക്കി നിൽക്കവേ താഴത്തെ നിലയിലെ യൂണികോൺ എന്ന തുണിക്കടയ്ക്കു മുന്നിൽ നിന്നിരുന്ന ഒരാൾ എന്നോടു ചോദിച്ചു "എന്തെങ്കിലും അന്വേഷിക്കയാണോ?"

ജനവീവിനേയും ജാക്ലിനേയും പറ്റി ചോദിച്ചാലോ? വേണ്ട, ഇയാളുടെ കൈവശം ബ്ലുമോണ്ടിന്റെ ഭാഷയിൽ പറഞ്ഞാൽ വെറും പുറംവിവരങ്ങൾ മാത്രമേ ഉണ്ടാവൂ. ഒന്നും ആഴത്തിലറിയില്ല. കീരിയുടെ കണ്ണും മുഖവുമുള്ള ഇയാളിൽനിന്ന് ഒന്നും പ്രതീക്ഷിക്കാനില്ല. സാധാരണക്കാർ തരുന്ന പുറംവിവരം മാത്രം. ഒരുപക്ഷേ, ആ അമ്മയേയും മകളേയും അറിയുകയേയില്ല എന്നും പറഞ്ഞേക്കാം. എന്റെ മസ്തിഷ്കത്തിനകത്ത് രോഷം ഇരച്ചുകയറി. ഔദ്യോഗിക ജീവിതത്തതിൽ ഞാൻ ചോദ്യം ചെയ്ത നിരവധി മന്ദബുദ്ധികളായ സാക്ഷികളുടെ പ്രതീകമാണിയാൾ. കണ്ടതും കേട്ടതും എന്തെന്നു മനസ്സിലാകാത്ത വിഡ്ഢിശിരോ

മണികൾ. മൂഢത്വംകൊണ്ടാകാം, വിദ്വേഷംകൊണ്ടാകാം, അനാസ്ഥകൊണ്ടാകാം. അമർത്തിച്ചവുട്ടിക്കൊണ്ട് ഞാനയാളുടെ മുന്നിൽച്ചെന്നുനിന്നു. എനിക്ക് അയാളെക്കാളും ഇരുപതുസെന്റിമീറ്റർ പൊക്കമുണ്ട്, ഇരട്ടി വണ്ണവുമുണ്ട്.

"എന്താ കെട്ടിടങ്ങളെ നോക്കിനിൽക്കരുതെന്ന് നിയമം വല്ലതുമുണ്ടോ ഈ നാട്ടിൽ?"

ഭയപ്പാടോടെ അയാളെന്നെ തുറിച്ചുനോക്കി. കുറച്ചുകൂടി ഭയപ്പെടുത്തണമെന്നുണ്ടായിരുന്നു. പിന്നെ വേണ്ടെന്നുവച്ചു. നടന്നുചെന്ന് മെക്സിക്കോസിറ്റിക്ക് അഭിമുഖമായി വഴിത്താരയിലെ ബെഞ്ചിലിരുന്ന് ഇടതുകാലിലെ ഷൂസഴിച്ചു.

വല്ലാത്ത വെയിൽ. ഞാൻ ചിന്തയിലാണ്ടു. ജാക്കിന് എന്നെ വിശ്വസിക്കാം. ഷൂറുവിനോട് ഞാനിതേക്കുറിച്ചൊന്നും പറയുകയേയില്ല. *കോൻഡി, ഫോൺടേൻ. ഗാരജ്, റോളാങ്ങ്* - ചിലപ്പോൾ പുസ്തകത്തിൽ സൂചിപ്പിച്ച തവിട്ടുജാക്കറ്റുകാരൻ റോളാങ്ങ് ആയിരിക്കാം. *ലൂക്കി, തിങ്കളാഴ്ച, ഫെബ്രുവരി 12, സമയം 23.00. ലൂക്കി, ഏപ്രിൽ 28, സമയം 14.00. ലൂക്കി തവിട്ടുജാക്കറ്റുകാരനൊപ്പം.* പുസ്തകത്തിൽ അവളുടെ പേരു കണ്ടിടത്തൊക്കെ നീലപെൻസിൽകൊണ്ട് അടയാളമിട്ടു. എന്നിട്ട് വിവരങ്ങളൊക്കെ വേറൊരു കടലാസിലേക്കു പകർത്തിയെടുത്തു. തിയതിയും സമയവുമുൾപ്പടെ. പക്ഷേ, അവൾക്ക് യാതൊരു വേവലാതിയും വേണ്ട. ഞാനിനി കോൻഡിയിലേക്കു പോകില്ല. ഒരു കണക്കിനു നോക്കിയാൽ എന്റെ ഭാഗ്യം. രണ്ടുമൂന്നു തവണ ഞാനവിടെ അവൾക്കുവേണ്ടി കാത്തിരുന്നിട്ടുണ്ട്. അന്നൊന്നും അവൾ വന്നതേയില്ല. അവളറിയാതെ അവളെപ്പറ്റി ചാരപ്പണി നടത്തുക ഹോ, എനിക്കതിൽ ലജ്ജ തോന്നുന്നു. നമുക്കെന്തവകാശം മറ്റുള്ളവരുടെ സ്വകാര്യ ജീവിതത്തിൽ അതിക്രമിച്ചുകയറാൻ? അവരുടെ സ്വകാര്യ വിവരങ്ങളറിഞ്ഞ് എല്ലാത്തിനും ഉത്തരവാദി അവരാണെന്നു വരുത്തുക? ഇതെവിടത്തെ ന്യായമാണ്? സോക്സഴിച്ച് നന്നായൊന്നു തിരുമ്മി. വേദനയ്ക്ക് കുറവുണ്ട്. രാത്രിയായിരിക്കുന്നു. മുമ്പ് എന്നോ ഒരിക്കൽ ഇതുപോലൊരു രാത്രിയിൽ മകളെ അഞ്ചാംനിലയിലെ ഫ്ളാറ്റിൽ തനിച്ചാക്കി

ജനവീവ് മുളാ റോഷിലേക്കു പണിക്കുപോയിരിക്കും. അവൾക്ക് പതിമൂന്നോ പതിനാലോ വയസ്സായിരിക്കും. ഒരു രാത്രി അമ്മ പോയശേഷം വാച്ചുമാന്റെ കണ്ണുവെട്ടിച്ച് അവൾ സൂത്രത്തിൽ പുറത്തിങ്ങിക്കാണും. ആദ്യത്തെ തവണ റോഡിന്റെ തലയ്ക്കൽ വരെ എത്തിക്കാണില്ല. പിന്നെയൊരിക്കൽ ആദ്യമായി മെക്സിക്കോ സിറ്റി തിയേറ്ററിൽ കയറിക്കാണും. പത്തുമണിയുടെ ഷോ കണ്ടിരിക്കും. പാത്തും പതുങ്ങിയും ശബ്ദമുണ്ടാക്കാതെ കെട്ടിടത്തിനകത്തേക്കു തിരിച്ചുവന്നുകാണും. പിന്നൊരു ദിവസം സിനിമ കഴിഞ്ഞ് വീട്ടിലേക്കു പോകാതെ നടക്കാനിറങ്ങിയിരിക്കും. ഇത്തവണ ബ്ലോഷ്കവലവരെ. അതിനുശേഷം ഓരോ രാത്രിയും അല്പം കൂടി ദൂരേക്ക്. *ജുവനൈൽ വാഗ്രൻസി. തെണ്ടിത്തിരിയുന്ന ബാലിക.* അതാണല്ലോ സാഷോർഷ്, ഗ്രോങ്കാരിയേഴ്സ്. പൊലീസ് സ്റ്റേഷനുകളിലെ ദിനക്കുറിപ്പുകളിൽ കണ്ടത്. ഗ്രോങ് കാരിയേഴ്സ്. ഗൂലാങ്കോട്ട് പാലത്തിനുശേഷം സെമിത്തേരിക്കു പുറകിലായി ഒരു പച്ച പുൽമൈതാനമുണ്ടല്ലോ. സ്വതന്ത്രമായി ശുദ്ധവായു ശ്വസിക്കാനാകുന്ന പരന്ന വിശാലമൈതാനം. അമ്മയാവും പൊലീസ് സ്റ്റേഷനിൽനിന്ന് അവളെ കൂട്ടിക്കൊണ്ടുപോയത്. എപ്പോഴാണ് അവൾ ഈ പതിവു തുടങ്ങിയത്? പടിഞ്ഞാറു ഭാഗത്തേക്കുള്ള രാത്രിസവാരികൾ. ബെർണോൾ ശേഖരിച്ചു തന്ന കണ്ണികൾ കൂട്ടിയിണക്കാൻ ഞാൻ ശ്രമിച്ചു. ആദ്യം ലാറ്റ്വായിൽ ഭാഗത്തേക്ക്. പിന്നെ കൂടുതൽ പടിഞ്ഞാറ് ന്യൂയി. ബോളോണ്യാ പാർക്ക്. ഷൂറുവിനെ കല്യാണം കഴിക്കാൻ എന്താവും കാരണം? പിന്നെ അവിടെനിന്നും ഒളിച്ചോട്ടം. ഇത്തവണ സെയിൻനദിയുടെ ഇടത്തേ കരയിലേക്ക്. അക്കരെ കടന്നാൽ അപായത്തിൽനിന്ന് രക്ഷപ്പെടാമെന്ന് കരുതിയോ? ഈ വിവാഹം. ഇതും ഒരുതരത്തിൽ രക്ഷപ്പെടലായിരുന്നോ? ന്യൂയിയിൽ, ഷൂറുവിന്റെ ഭാര്യയായി കുറേക്കാലംകൂടി താമസിക്കാനുള്ള ക്ഷമയും ധൈര്യവും കാട്ടിയിരുന്നെങ്കിൽ പൊലീസ് കുറിപ്പുകളിൽ രണ്ടുതവണ പ്രത്യക്ഷപ്പെട്ട ജാക്ലിൻ ഡുലാൻക് എന്ന പെൺകുട്ടി അവൾക്കുള്ളിൽ മറഞ്ഞിരിക്കുന്നുണ്ടെന്ന വസ്തുത നമ്മളൊക്കെ എന്നേ വിസ്മരിച്ചേനെ.

ചിന്തകൾ കാടുകയറുന്നു. ചാരപ്പണിയുടെ സഹജ സ്വഭാവമാണിത്. എന്റെ സഹപ്രവർത്തകർ പറയാറുണ്ടായിരുന്നു, ഉറക്കത്തിലും ചാരപ്പണി നടത്തുന്നവനാണ് ഞാനെന്ന്. ഉറക്കത്തിലും സിഗരറ്റ് വലിക്കുന്ന വില്ലനോടാണ് ബ്ലിമോണ്ട് എന്നെ ഉപമിച്ചത്. ഞാനും ഇവിടെ ഈ ബെഞ്ചിലിരുന്ന് ഉറങ്ങുകയാണ്. ചുറ്റിലും ഇരുൾ വീണുകഴിഞ്ഞിരിക്കുന്നു. ഞാൻ സ്വപ്നം കാണുകയാണ്. സ്വപ്നത്തിൽ ഷാക്ലീൻ നടന്നു നീങ്ങിയ പാതകൾ കണ്ടെടുക്കുകയാണ്.

അടയാളചിഹ്നങ്ങളായി വഴിവിളക്കുകൾ ജ്വലിച്ചുനിൽക്കുന്ന ഈ വഴിത്താരയിൽ എനിക്ക് അവളുടെ സാന്നിധ്യം അനുഭവപ്പെടുന്നുണ്ട്. എപ്പോൾ എന്താണ് സംഭവിച്ചതെന്നറിയില്ലെങ്കിലും എനിക്കെല്ലാം ഗണിച്ചെടുക്കാനാവുന്നുണ്ട്. പാതകൾക്കിടയിലെ അന്ധകാരം കാരണമാകാം വിളക്കുകൾ എത്ര സ്പഷ്ടമായി കാണാനാകുന്നു. എല്ലാം ദീപ്തിമയം.

ഞാൻ സോക്സെടുത്തു ധരിച്ചു. ഇടതുകാൽ ഷൂസിലേക്കു തിരുകി. ഇന്നു രാത്രി മുഴുവനും ഈ ബെഞ്ചിൽ കഴിച്ചുകൂട്ടാൻ എനിക്കു സന്തോഷമേയുള്ളൂ. അവൾ നടന്നിരിക്കാവുന്ന അതേ വഴിയിലാണ് ഞാനിപ്പോൾ നടക്കുന്നത്. ആദ്യത്തെ തവണ പൊലീസ് പിടിക്കുമ്പോൾ പതിനഞ്ചു വയസ്സുപോലുമായിരുന്നില്ല. എവിടെവച്ച് എങ്ങനെയാവും അവൾ അവരുടെ ശ്രദ്ധയിൽപെട്ടത്?

കാത്തുകാത്തിരുന്ന് അവസാനം ഷൂറുവിന് മടുത്തുപോകും. അയാൾ ഫോൺ വിളിച്ചാൽത്തന്നെ അസ്പഷ്ടമായ സൂചനകളേ ഞാൻ നൽകൂ. അതും തെറ്റായ സൂചനകൾ. പാരീസ് ഒരു മഹാനഗരമാണ്. ഇവിടൊരുത്തനെ വഴിതെറ്റിക്കാനാണോ പ്രയാസം? ഷൂറുവിന് വഴി തെറ്റിയിരിക്കുന്നു എന്നു ബോധ്യമായാൽപ്പിന്നെ അയാളുടെ ഫോൺ വന്നാൽ ഞാൻ എടുക്കുകയില്ല. ജാക്ലിനെന്നെ പൂർണമായും വിശ്വസിക്കാം. ഞാനവൾക്ക് വേണ്ടത്ര സമയം കൊടുക്കും. ഈ നിമിഷം ലൂക്കിയും ഈ നഗരത്തിലെ ഏതെങ്കിലും വഴിത്താരയിലൂടെ നടക്കുന്നുണ്ടാകും. അതല്ലെങ്കിലവൾ കോൻഡിയിൽ ഇരിപ്പുണ്ടാകും. ഇല്ല ഇനി അവൾക്കൊന്നും ഭയപ്പെടാനില്ല. അവളെ കാണാനായി ഇനി ഞാനങ്ങോട്ടു ചെല്ലുകയേയില്ല.

മൂന്ന്

പതിനഞ്ചുവയസ്സേ ആയിട്ടുണ്ടായിരുന്നുള്ളുവെങ്കിലും പത്തൊമ്പത്-ഇരുപതിന്റെ വളർച്ചയുണ്ടായിരുന്നു എനിക്ക്. അന്നൊക്കെ ലൂക്കിയെന്നല്ല ജാക്ലിൻ എന്നായിരുന്നു എന്റെ പേര്. അമ്മയില്ലാത്ത അവസരം നോക്കി ആദ്യമായി വീടിനു വെളിയിലിറങ്ങിയത്; അന്ന് അതിനേക്കാൾ ചെറുപ്പമായിരുന്നു. അമ്മ രാത്രി ഒമ്പതുമണിക്കു ജോലിക്കു പോയാൽ പിന്നെ വെളുപ്പിന് രണ്ടുമണിക്കേ തിരിച്ചെത്തൂ. വാച്ചുമാന്റെ കൈയിൽപ്പെട്ടുപോയാൽ തടിതപ്പാനായി നുണ മനസ്സിലൊരുക്കൂട്ടി വച്ചിരുന്നു, മരുന്നു വാങ്ങാൻ ബ്ലോഷ്കവലയിലേക്കു പോകുന്നു.

പിന്നെ കുറേക്കാലത്തേക്ക് ആ ചുറ്റുവട്ടത്തേക്ക് ഞാൻ തിരിച്ചുപോയതേയില്ല. പിന്നീടെപ്പോഴോ ഒരു സായാഹ്നത്തിൽ ഗി ദു വേരെയുടെ വീട്ടിൽനിന്ന് റോളാങ്ങിനൊപ്പം ടാക്സിയിൽ ഇങ്ങോട്ടു വരേണ്ടിവന്നു. ഞങ്ങളുടെ ചർച്ചാസംഘത്തിൽപ്പെട്ട ചിലരെ കാണാനുണ്ടായിരുന്നു. ഞാനും റോളാങ്ങും തമ്മിൽ വലിയ പരിചയമൊന്നുമുണ്ടായിരുന്നില്ല. ടാക്സി ബ്ലോഷ്കവലയിൽ നിർത്താൻ അയാൾ നിർദ്ദേശിച്ചപ്പോൾ എനിക്ക് എന്തെങ്കിലും പറയാനുള്ള ധൈര്യമുണ്ടായിരുന്നില്ല. അവിടന്ന് നടക്കാമെന്നായിരുന്നു അയാളുടെ അഭിപ്രായം. ഞാനയാളുടെ കൈയിൽ അമർത്തിപ്പിടിച്ച കാര്യം അയാൾ അറിഞ്ഞതേയില്ലെന്നു തോന്നുന്നു. എനിക്കാകെ തല ചുറ്റുന്നതുപോലെ. ഈ കവല കടന്നാൽ കൈകാലുകൾ തളർന്നു വീഴുമോയെന്ന ഭയം. അനന്തമായ പുനരാവർത്തനം! അതേപ്പറ്റി പലപ്പോഴും പറയാറുള്ളയാളാണ് റോളാങ്ങ്. അയാൾക്കതു മനസ്സിലായേനെ. ഇതാ

ഞാനിവിടെ വീണ്ടും തിരിച്ചെത്തിയിരിക്കുന്നു. മറ്റുള്ളവരുമായുള്ള കൂടിക്കാഴ്ച വെറുമൊരു ഒഴികഴിവ് മാത്രം. എന്നെ ഇവിടേക്ക് തിരിച്ചെത്തിക്കാൻ നിയോഗിക്കപ്പെട്ടവനാണ് റോളാങ്ങ്.

മൂളാ റോഷിനു മുന്നിൽ ഞങ്ങൾ അധികം സമയം ചെലവഴിച്ചില്ല. ഹാവൂ, അതെനിക്ക് എന്തുമാത്രം ആശ്വാസപ്രദമായിരുന്നെന്നോ. പക്ഷേ, അങ്ങനെ പേടിക്കേണ്ട കാര്യമൊന്നുമില്ലായിരുന്നു. കാരണം എന്റെ അമ്മ നാലുകൊല്ലം മുമ്പ് മരിച്ചുപോയിരുന്നു. അന്നൊക്കെ അമ്മയുടെ അഭാവം മുതലെടുത്ത് അപ്പാർട്ടുമെന്റിൽനിന്നു പുറത്തുചാടിയപ്പോഴൊക്കെ ഞാൻ റോഡിന്റെ മറുവശത്തുകൂടിയാണ് നടക്കുക. ഒമ്പതാം വാർഡിന്റെ അരികു പാകുന്ന ആ നടപ്പാതയിൽ വഴിവിളക്കുകൾ ഇല്ലായിരുന്നു. കറുത്തിരുണ്ട ഷൂൾ -ഫെറി ഹൈസ്കൂൾ കെട്ടിടം. ജനാലകൾ അടച്ചു ഭദ്രമാക്കിയ മറ്റു ചില കെട്ടിടങ്ങൾ, ഒരു റെസ്റ്റോറന്റ്. പക്ഷേ, അതിനകത്ത് വെളിച്ചമില്ലായിരുന്നു. ഓരോ തവണയും മൂളാ റോഷ് നിൽക്കുന്ന ഭാഗത്തേക്ക് നോക്കാതിരിക്കാനെനിക്കായില്ല. പാം കഫേ കടന്ന് ബ്ലോഷ് കവലയിലെത്തിയാലും എനിക്കു മനസ്സമാധാനമില്ല. അവിടെയൊക്കെ എന്തൊരു വെളിച്ചമാണ്. ഒരു ദിവസം രാത്രി ഫാർമസി കടന്നുപോകുമ്പോൾ അകത്ത് അമ്മ നിൽക്കുന്നത് ചില്ലുജാലകത്തിലൂടെ ഞാൻ കണ്ടു. കൂടെ വേറെ ചിലരുമുണ്ട്. ജോലിയൊക്കെ വേഗം തീർത്ത് നേരത്തെ വിട്ടിലെത്താനുള്ള പരിപാടിയാണോ? ഉടനെ ഓട്ടം പിടിച്ചാൽ അമ്മയെത്തുംമുമ്പെ വീട്ടിലെത്താം. ബ്രൂസ്സെൽറോഡിന്റെ മൂലയ്ക്കൽ പതുങ്ങിനിന്ന് അമ്മ എങ്ങോട്ടു പോകുന്നെന്ന് ഞാൻ ശ്രദ്ധിച്ചു. അവർ കവല കടന്ന് മൂളാ റോഷിലേക്കു തിരിച്ചുപോയി. പലപ്പോഴും എനിക്കു വല്ലാത്ത ഭയം തോന്നിയിരുന്നു. അമ്മയുടെ അടുത്തേക്ക് ഓടിച്ചെന്നാലോ എന്നുപോലും തോന്നിയിരുന്നതാണ്. പക്ഷേ, ജോലിത്തിരക്കിനിടയിൽ അമ്മയ്ക്കതൊരു ശല്യമായാലോ എന്നു കരുതി ചെന്നില്ല. ഇന്നെനിക്ക് ഉറപ്പുണ്ട് അമ്മ എന്നെ വഴക്കുപറയുമായിരുന്നില്ലെന്ന്.

മറ്റൊരു രാത്രിയിൽ പൊലീസ് സ്റ്റേഷനിൽനിന്നെന്നെ കൂട്ടിക്കൊണ്ടുപോകാൻ വന്നപ്പോഴെന്നപോലെ. ശകാരമില്ല,

ഭീഷണിയില്ല, സദുപദേശങ്ങളില്ല. അന്ന് ഞങ്ങൾ പരസ്പരം ഒന്നും ഉരിയാടാതെ നടന്നു. ഗൂലോകോർ പാലം കടക്കവേ അമ്മ പിറുപിറുക്കുന്നത് ഞാൻ കേട്ടു. “പാവം കുട്ടി.” പക്ഷേ, അതെന്നോടാണോ അതോ ആത്മഗതമായിട്ടായിരുന്നോ എന്നെനിക്ക് മനസ്സിലായില്ല. വീട്ടിലെത്തി. ഞാനുടുപ്പൊക്കെ മാറ്റി കിടക്കയിലേക്കു കയറിയശേഷമേ അവരെന്റെ മുറി യിലേക്കു കടന്നുള്ളു. എന്റെ കാൽക്കൽ അവരൊരുപാടു നേരം ഇരുന്നു. ഒന്നും മിണ്ടിയതേയില്ല. ഞാനും ഒന്നും പറഞ്ഞില്ല. അവസാനം അവർ ചെറുതായൊന്നു ചിരിച്ചു. “നമുക്കെന്തുണ്ട് പറയാൻ അല്ലേ?” അന്നാദ്യമായി അമ്മ യുടെ കണ്ണുകൾ എന്റെ മുഖത്ത് ഒരുപാടുനേരം പതിഞ്ഞു നിന്നു. എത്ര തെളിഞ്ഞ കണ്ണുകൾ. ചാരനിറമോ അതോ ഇളംനീലയോ? അതേ, ചാരം കലർന്ന നീല. അവർ മുന്നോട്ടാഞ്ഞ് എന്റെ കവിളിൽ മുത്തി. മുത്തം എന്ന് ശരിക്ക് പറയാനാവില്ല. ചുണ്ടുകൾ ധൃതിയിൽ മുട്ടിച്ചുവെന്നേ പറ യാനാവൂ. നോട്ടം എന്നിൽത്തന്നെ. തെളിഞ്ഞ വിസ്മൃതി യിലാണ്ട കണ്ണുകൾ. അന്ന് വിളക്കണച്ച് പുറത്തേക്ക് കട ക്കുന്നതിനുമുമ്പ് അമ്മ പറഞ്ഞു “ഇനിയിതാവർത്തിക്കരുത്.” ആദ്യമായിട്ടായിരുന്നു ഞങ്ങൾ തമ്മിൽ അങ്ങനെയൊരു വൈകാരികസമ്പർക്കമുണ്ടായത്. സങ്കോചം നിറഞ്ഞതും ഹ്രസ്വവുമെങ്കിലും ഹൃദയസ്പർശിയായ ഇടപെടൽ. അതിനെ ഊട്ടിയുറപ്പിക്കാനായി മറ്റവസരങ്ങൾ ഉണ്ടായി ല്ലല്ലോ എന്ന ഖേദമെനിക്കിന്നുണ്ട്. ഞങ്ങളിരുവരും ഒന്നും പുറമേ പ്രകടിപ്പിക്കുന്ന സ്വഭാവക്കാരായിരുന്നില്ല. മാത്രമല്ല അമ്മ എന്റെ നേരെ അലക്ഷ്യഭാവത്തിലാണ് പെരുമാറിയത്. കാരണം എന്നെക്കുറിച്ച് അമ്മയ്ക്ക് സ്വപ്നങ്ങളൊന്നും ഇല്ലായിരുന്നു. അവരുടെ വിചാരം ഞാനും അവരെപ്പോലെ യാണെന്നും അതുകൊണ്ട് ഇനി യാതൊരു പ്രതീക്ഷയ്ക്കും വകയില്ലെന്നുമാണ്.

പക്ഷേ, അന്ന് ഇതൊന്നും എന്റെ മനസ്സിൽ ഉദിച്ചിരു ന്നില്ല. ഒരു ചോദ്യവും ചോദിക്കാതെയാണ് അതുവരേക്കും ഞാൻ ജീവിച്ചുപോന്നത്. അത്രയും കാലം മനഃപൂർവം ഒഴിവാക്കി നിർത്തിയിരുന്ന ഈ പരിസരത്തേക്ക് ഒരു നാൾ സായാഹ്നത്തിൽ റോളാങ്ങ് എന്നെ തിരിച്ചുകൊണ്ടുവന്നതിൽ

പിന്നെയാണ് എല്ലാ മാറ്റങ്ങളും സംഭവിച്ചത്. അമ്മ മരിച്ച തിൽപ്പിന്നെ ഞാനീ പരിസരത്ത് കാലുകുത്തിയിട്ടില്ല. ഷോസി- ദോൻടാ റോഡിലൂടെ ടാക്സി പോകുമ്പോൾ ട്രിനിറ്റി ചർച്ചിന്റെ ഇരുണ്ട ആകാരം മുന്നിലുയർന്നു. ഭീമാ കാരനായ ഒരു പരുന്ത് ചിറകു വിരിച്ച് കാവൽ നിൽക്കും പോലെ. എനിക്കെന്തോ വല്ലാത്ത അസ്വാസ്ഥ്യം തോന്നി. ടാക്സി ആ പരിസരത്തോടടുക്കുകയാണ്. ഇനിയും സമയ മുണ്ടല്ലോ. ചിലപ്പോൾ ഞങ്ങൾ വലത്തോട്ടു തിരിഞ്ഞെന്നു വരും. പക്ഷേ, ഇല്ല, നേരെ പോവുകയാണ്. പള്ളി കടന്ന് ഇറക്കത്തിലൂടെ. ക്ലിഷി കവലയിലെ ട്രാഫിക് ലൈറ്റിൽ കാറ് നിന്നപ്പോൾ എനിക്ക് ഇറങ്ങിയോടാൻ തോന്നി. പക്ഷേ, അങ്ങനെ ചെയ്യാനായില്ല.

പിന്നീട് അബെസ് റോഡിൽ ഞങ്ങൾക്കു പോകേണ്ട കെട്ടിടത്തിലേക്ക് നടക്കാൻ തുടങ്ങിയപ്പോഴേ എനിക്ക് സമ നില വീണ്ടെടുക്കാനായുള്ളു. ഭാഗ്യവശാൽ റോളാങ്ങ് ഒന്നും ശ്രദ്ധിച്ചില്ല. കഷ്ടം, അന്ന് ഒന്നിച്ച് കുറച്ചുകൂടി ദൂരം നടക്കാ നായിരുന്നെങ്കിൽ! എങ്കിൽ ആറുകൊല്ലം മുമ്പുവരെ ഞാൻ താമസിച്ച ആ പരിസരമെല്ലാം റോളാങ്ങിനു കാണിച്ചുകൊടു ക്കാമായിരുന്നു. എല്ലായിടത്തും കൂട്ടിക്കൊണ്ടുപോകാമാ യിരുന്നു. ആറുകൊല്ലം! അതെത്രയോ കാലം മുമ്പായിരുന്നു, മറ്റൊരു ജന്മത്തിലാണെന്ന പ്രതീതി. അമ്മ മരിച്ചതിൽ പ്പിന്നെ ഈ പരിസരവുമായി എന്നെ ബന്ധിപ്പിക്കുന്ന ഒരേ യൊരു കണ്ണിയേ ഉണ്ടായിരുന്നുള്ളു. അമ്മയുടെ സുഹൃത്ത്- ഗീ ലവീണ്യേ. അയാളാണ് ഞങ്ങളുടെ അപ്പാർട്ട്മെന്റിന്റെ വാടക കൊടുത്തിരുന്നതെന്ന് ഇന്നെനിക്കറിയാം. ഇട യ്ക്കൊക്കെ ഞാനയാളെ കാണാറുണ്ട്. ഓട്ടൈലിലെ ഗാരെ ജിലാണ് അയാൾക്ക് ജോലി. പക്ഷേ, ഞങ്ങളൊരിക്കലും പഴയ കാര്യങ്ങളെപ്പറ്റി സംസാരിച്ചില്ല

അയാളും അമ്മയെപ്പോലെ സംസാരപ്രിയനല്ലായിരുന്നു. എന്നെ ആദ്യമായി പൊലീസ് സ്റ്റേഷനിലേക്കു കൊണ്ടു പോയപ്പോൾ അവരെന്തൊക്കെ ചോദ്യങ്ങളാണെന്നോ ചോദിച്ചത്. വൈമനസ്യത്തോടെയാണെങ്കിലും എനിക്ക് ഉത്തരം പറയേണ്ടിവന്നു. അവരെന്നോടുചോദിച്ചു. സംസാര പ്രിയയല്ല അല്ലേ? എന്തെങ്കിലും കാരണവശാൽ അമ്മേയും

ഗീ ലവീണ്യേയും പൊലീസുകാരുടെ കൈകളിലകപ്പെട്ടു പോയാൽ അവർക്കും ഇതുതന്നെ കേൾക്കേണ്ടിവന്നേനെ. മറ്റുള്ളവർ എന്നോടു ചോദ്യങ്ങൾ ചോദിക്കുക- അതു പതിവില്ലാത്ത സംഭവമായിരുന്നു. എന്റെ കാര്യത്തിൽ ഇവർക്കെന്തിനാണിത്ര താത്പര്യം? രണ്ടാമത്തെ തവണ ഗ്രോങ് കാരിയർപൊലീസ് സ്റ്റേഷനിൽവച്ച് എന്നെ ചോദ്യം ചെയ്തത് മുമ്പത്തേക്കാൾ നല്ല പൊലീസുകാരനായിരുന്നു. അയാൾ ചോദ്യം ചെയ്ത രീതി എനിക്കിഷ്ടപ്പെട്ടു. അയാളോട് എന്നെപ്പറ്റി എല്ലാം തുറന്നടിച്ചു പറയാൻ എന്തെളുപ്പമായിരുന്നെന്നോ? കാരണം കേൾക്കുന്നയാൾക്ക് നിങ്ങളെപ്പറ്റി ചിന്തയുണ്ട്. ഞാനാദ്യം എന്താണ് പറയേണ്ടതെന്നറിയാതെ കുഴങ്ങിനിന്നു. വാക്കുകൾ കണ്ടെടുക്കാനാകുന്നില്ല. വ്യക്തവും നിശ്ചിതവുമായ ചോദ്യങ്ങൾക്ക് ഉത്തരം പറയുക എളുപ്പമാണ്. ഉദാഹരണത്തിന് സ്കൂൾ പഠിത്തം- സിസ്റ്റേഴ്സ് ഓഫ് സെന്റ് വിൻസന്റ്. ഗുലോങ്കർ റോഡ്, പിന്നെ അന്റോനെറ്റ് സ്ട്രീറ്റിലെ സ്കൂളിലും. ഷൂൾ- ഫെറി സ്കൂളിൽ പ്രവേശനം നിഷേധിച്ച കാര്യം പറയാൻ എനിക്കൊരു നാണക്കേട്. അവസാനം അത് ഒരു കുമ്പസാരം പോലെ എങ്ങനെയോ ഒറ്റ ശ്വാസത്തിൽ പറഞ്ഞൊപ്പിച്ചു. അയാളെന്റെ നേരെ ചാഞ്ഞ് സ്വകാര്യമെന്നോണം പറഞ്ഞു. “അതവരുടെ നഷ്ടമല്ലേ.” എനിക്ക് വല്ലാത്ത ആശ്ചര്യം. പൊട്ടിച്ചിരിക്കാനാണ് തോന്നിയത്. അയാൾ പുഞ്ചിരി തൂകി എന്റെ നേരെ നോക്കി. അമ്മയുടെ പോലെ തെളിഞ്ഞ കണ്ണുകളല്ല. പക്ഷേ, എന്തൊരു കനിവ്, എന്തൊരു ശ്രദ്ധ. വീട്ടുകാര്യങ്ങളെക്കുറിച്ചും അയാൾക്കറിയണമായിരുന്നു. അപ്പോഴേക്കും എനിക്ക് അല്പസ്വല്പം ആത്മവിശ്വാസം വന്നിരുന്നു. കാര്യങ്ങളൊക്കെ പറഞ്ഞു. അമ്മ വന്നത് സോളോണ്യ ഗ്രാമത്തിൽനിന്നാണ്. വളരെ ചെറുപ്പത്തിലേ പാരീസിലേക്കു വന്നു. ഗ്രാമത്തിൽ ഫുക്രെ എന്നൊരാൾക്ക് ധാരാളം സ്വത്തും പുരയിടവുമുണ്ട്. അയാളവിടെ മൂലാ റോഷിന്റെ മേൽനോട്ടക്കാരനുമാണ്. ഫുക്രെ വഴിയാണ് അമ്മയ്ക്ക് ഈ ജോലി തരപ്പെട്ടത്. അച്ഛനാരാണെന്ന് അറിയില്ല. ഞാൻ ജനിച്ചത് സോളേണ്യേയിലാണ്. പക്ഷേ, ഒരിക്കലും അങ്ങോട്ടു പോയിട്ടില്ല. അമ്മ എപ്പോഴും പറയാറുണ്ട്. നമുക്കാരുമില്ല.

അയാൾ എല്ലാം സശ്രദ്ധം കേട്ടു. ചിലതൊക്കെ എഴുതിയെടുത്തു. അതെനിക്കൊരു പുതിയ അനുഭവമായിരുന്നു. ഇത്രയും ചുരുക്കം വിവരങ്ങൾ കൊടുത്തതോടെ വലിയൊരു ഭാരം ഇറക്കിവച്ചതുപോലെ. ഇതൊന്നും എന്നെക്കുറിച്ചുള്ളതല്ല. മറ്റാരേയോ പറ്റിയാണ് എന്നൊരു തോന്നൽ. എല്ലാം കുറിച്ചെടുത്തല്ലോ. സമാധാനമായി. എല്ലാം കഴിഞ്ഞെന്നർത്ഥം. കുഴിമാടത്തിൽ പേരുവിവരങ്ങൾ കൊത്തിയിടും പോലെ. എന്റെ സംസാരത്തിൽ പുതിയൊരു വേഗം. ആവേശം. വാക്കുകളങ്ങനെ കുത്തിയൊഴുകി. മൂലാ റോഷ്, അമ്മ, ഗീ ലവീണ്യേ. ഷൂൾ-ഫെറി ഹൈസ്കൂൾ സോളോണ്യേ. ഇങ്ങനെ ഇതിനുമുമ്പ് ആരോടും സംസാരിച്ചിട്ടില്ല. ഇതൊക്കെ പറഞ്ഞുതീർത്തപ്പോൾ എന്തൊരാശ്വാസം. എന്റെ ജീവിതത്തിന്റെ ഒരു ഭാഗം അവസാനിച്ചുവെന്ന മട്ട്. ഇന്നുമുതൽ ആരോ എന്നിൽ കെട്ടിയേൽപ്പിച്ച ജീവിതം അവസാനിച്ചിരിക്കുന്നു. ഇനിയൊക്കെ എന്റെ ഇഷ്ടാനുസരണം. ആ എഴുതിയതൊക്കെ അയാൾ വെട്ടിക്കളഞ്ഞിരുന്നെങ്കിൽ എന്ന് ഞാനാശിച്ചു. പുത്തനായി കുറെ വിവരങ്ങൾ നൽകാൻ ഞാൻ തയ്യാർ. എന്റെ പുതിയ പേര്, പുതിയ വീട്ടുപേര്. പുതിയൊരു കുടുംബം - എന്റെ സ്വപ്ന ലോകത്തിലെ കുടുംബം.

വെളുപ്പിന് രണ്ടുമണിക്ക് എന്നെ കൂട്ടിക്കൊണ്ടുപോകാൻ അമ്മയെത്തി. ഇതത്ര കാര്യമായെടുക്കേണ്ടതില്ലെന്ന് അയാൾ അമ്മയോടു പറഞ്ഞു. അയാളുടെ സൂക്ഷ്മദൃഷ്ടികൾ എപ്പോഴും എന്നെ നിരീക്ഷിച്ചുകൊണ്ടിരുന്നു. അസമയങ്ങളിൽ തെണ്ടിത്തിരിയുന്ന ഒരു പെൺകുട്ടി - അതാണത്രെ എന്നെക്കുറിച്ച് രജിസ്റ്ററിൽ എഴുതിയിരിക്കുന്നത്. പുറത്ത് ടാക്സി കാത്തുനിന്നിരുന്നു. അപ്പോഴാണ് ഞാനോർത്തത് സ്കൂളിന്റെ കാര്യം ചോദിച്ചപ്പോൾ ഞാനൊരു കാര്യം പറയാൻ വിട്ടുപോയെന്ന്. ഈ പൊലീസു സ്റ്റേഷനുസമീപം മറ്റൊരു സ്കൂളിലും ഏതാനും മാസങ്ങൾ പഠിച്ചിരുന്നു. ഉച്ചയ്ക്ക് സ്കൂൾ വിട്ടാൽ അമ്മ എന്നെ കൂട്ടിക്കൊണ്ടുപോകാൻ വരും. അതുവരെ ഞാൻ സ്കൂൾ കാന്റീനിലിരിക്കും. ചിലപ്പോൾ അമ്മ വല്ലാതെ വൈകും. അപ്പോൾ ഞാൻ പുറത്തിറങ്ങും. റോഡിനെ രണ്ടായി പകുക്കുന്ന

വരമ്പത്തുള്ള ഒരു ബെഞ്ചിലിരിക്കും. അപ്പോഴാണ് അതെന്റെ ശ്രദ്ധയിൽപെട്ടത്. ഇരുവശത്തുമുള്ള റോഡുകൾക്ക് വെവ്വേറെ പേരുകൾ. അന്ന് സ്കൂളിൽനിന്നും കൂട്ടിക്കൊണ്ടുപോകാൻ അമ്മ വന്നിരുന്നു. ഇത്തവണ കൂട്ടിക്കൊണ്ടുപോകുന്നത് പൊലീസ് സ്റ്റേഷനിൽ നിന്നാണെന്നു മാത്രം. ആഹാ! എന്തു രസം. അല്ലെങ്കിൽ ഇരട്ടപ്പേരുള്ള ഈ റോഡിന് എന്റെ ജീവിതത്തിൽ എന്തു കാര്യം?

അന്ന് അമ്മ വേവലാതിയോടെ ഇടയ്ക്കിടെ ടാക്സിയുടെ മീറ്ററിലേക്കുതന്നെ നോക്കിക്കൊണ്ടിരുന്നു. ഗൂലാങ്കോർ പാലത്തിനടുത്തെത്തിയപ്പോൾ അമ്മ ടാക്സി നിർത്താൻ പറഞ്ഞു. പഴ്സിൽനിന്ന് ചില്ലറകൾ എണ്ണിയെടുക്കുന്നത് കണ്ടപ്പോൾ എനിക്കു മനസ്സിലായി. അവിടെവരേക്കുള്ള വാടകയ്ക്കേ തികയൂ എന്ന്. ബാക്കി ദൂരം ഞങ്ങൾ നടന്നു. അമ്മയെ പിന്നിലാക്കി ഞാൻ മുന്നിലേക്ക് ഓടി. പിന്നെ അമ്മ ഒപ്പമെത്തുന്നതുവരെ കാത്തു നിന്നു. പാലത്തിന്റെ മുകളിലെത്തിയപ്പോൾ താഴെ ഞങ്ങളുടെ അപ്പാർട്ട്മെന്റ് കാണാനായി. ഞങ്ങളവിടെ ഒരുപാടുനേരം നിന്നു. അമ്മ കിതച്ചിരുന്നു. നീയെത്ര വേഗത്തിലാണ് നടക്കുന്നത് എന്നമ്മ പറഞ്ഞു. ഇന്ന് മറ്റൊരു ചിന്താശകലം എന്റെ മനസ്സിലേക്കോടിയെത്തി. അമ്മയുടെ ഇരുണ്ട, അടഞ്ഞു കിടന്ന ജീവിതത്തെ വലിച്ചുനീട്ടാൻ ശ്രമിക്കുകയായിരുന്നോ ഞാൻ? അവർ മരിച്ചില്ലായിരുന്നെങ്കിൽ എനിക്ക് ചക്രവാളങ്ങൾ എത്തിപ്പിടിക്കാൻ ആവുമായിരുന്നോ?

അതിനുശേഷമുള്ള മൂന്നുനാലുവർഷങ്ങൾ, അതേ വഴികൾ. അതേ തെരുവുകൾ. പക്ഷേ, ഓരോ രാത്രിയും ഞാൻ അല്പംകൂടി മുന്നോട്ടു നടന്നു. ആദ്യത്തെ തവണ ബ്ലോഷ് കവലവരെ പോകാനുള്ള ധൈര്യംപോലും എനിക്കില്ലായിരുന്നു. അപ്പാർട്ടുമെന്റിനു ചുറ്റും കറങ്ങി നടന്നു. പിന്നെ കവലയിൽനിന്നും സിനിമാതിയേറ്റർവരെ. അവിടെ രാത്രി പത്തുമണിക്കായിരുന്നു ഷോ തുടങ്ങുക. ശനിയാഴ്ചകളിലൊഴിച്ച് മറ്റു ദിവസങ്ങളിലൊക്കെ ഹാൾ കാലിയായിരിക്കും. അങ്ങു ദൂരെയുള്ള വേറേതോ ദേശങ്ങളെക്കുറിച്ചുള്ള പടങ്ങളാണ്. മെക്സിക്കോ അരിസോണ...അങ്ങനെയങ്ങനെ. കഥയൊന്നും ഞാൻ ശ്രദ്ധിച്ചില്ല. എനിക്ക് പ്രകൃതിദൃശ്യങ്ങൾ

വളരെ ഇഷ്ടപ്പെട്ടു. അവ മാത്രം. പുറത്തു കടക്കുമ്പോൾ എന്റെ തലയ്ക്കകത്ത് അരിസോണയും ക്ലിഷികവലയും എല്ലാം കൂടി കുഴഞ്ഞുമറിയും. പുറത്തെ നിയോൺവിളക്കുകളുടെ നിറം തിരശ്ശീലയിൽ കണ്ട നിറങ്ങളെപോലിരുന്നു. കടും നിറങ്ങൾ. ഓറഞ്ച്, കടുംപച്ച. കടും നീല. കടും മഞ്ഞ. എത്ര ഉജ്ജ്വലമായ നിറങ്ങൾ. ഞാനേതോ സ്വപ്നലോകത്ത് സഞ്ചരിക്കുകയാണെന്ന പ്രതീതി. സ്വപ്നമാണോ പേക്കിനാവാണോ അതെനിക്കറിയില്ല. തുടക്കത്തിൽ എല്ലാമൊരു പേക്കിനാവായിരുന്നു. ഭയംകാരണം എനിക്കു മുന്നോട്ടു പോകാനായില്ല. അതിനുകാരണം അമ്മയായിരുന്നില്ല. അർധരാത്രിയിൽ ഒരു പെരുവഴിയിൽവച്ച് കാണാനിടയായാലും അമ്മ എന്നെ ഗുണദോഷിക്കാൻ വരില്ല. അസമയത്ത് അസ്ഥാനത്തു വച്ചു കണ്ടതിൽ അദ്ഭുതം പ്രകടിപ്പിക്കാതെ വളരെ ശാന്തയായി എന്നോട് വീട്ടിലേക്കു പോകാൻ പറഞ്ഞിരുന്നേനെ. ഞാൻ റോഡിന്റെ മറുഭാഗത്ത് ഇരുട്ടിലാണ് നടന്നിരുന്നത്. അമ്മയ്ക്ക് എന്നെ ഒന്നും ചെയ്യാനാവില്ലെന്ന് എനിക്കറിയാമായിരുന്നു.

ആദ്യത്തെ തവണ എന്നെ പൊലീസ് പിടിച്ചത് ഒമ്പതാം വാർഡിൽവച്ചാണ്. ദൂവേ റോഡ് തുടങ്ങുന്നേടത്ത് ഒരു ബേക്കറിയുണ്ട്. രാത്രി മുഴുവനും തുറന്നിരിക്കുന്ന ബേക്കറി. രാത്രി ഒരു മണിയായിക്കാണും. ഞാനവിടെ നിന്നുകൊണ്ടൊരു ക്രോസ്സ തിന്നുകയായിരുന്നു. ആ നേരത്ത് ബേക്കറിയിലും എതിർവശത്തുള്ള സോൻസൂസി കഫേയിലും വിചിത്രമായ തരക്കാരാണുണ്ടാവുക. രണ്ടു പൊലീസുകാർ പരിശോധന നടത്താനെത്തി. അവർക്കെന്റെ വയസ്സറിയണം. എന്റെ കൈയിൽ രേഖകളൊന്നുമില്ല. ഞാൻ സത്യം പറഞ്ഞു. അവരെന്നെ ജീപ്പിൽ കയറ്റി. അതിനകത്ത് തോലുജാക്കറ്റ് ധരിച്ച ഭീമാകായനുണ്ട്. ജാക്കറ്റുകാരന് പൊലീസുകാരനെ പരിചയമുണ്ടെന്നു തോന്നി. അതല്ലെങ്കിൽ അയാളും പൊലീസുകാരനായിരിക്കാം. ജാക്കറ്റുകാരൻ എന്റെ നേരെ സിഗരറ്റു നീട്ടി. പൊലീസുകാരൻ വിലക്കി. വേണ്ട, അവൾക്കതിനുള്ള പ്രായമായിട്ടില്ല. ആരോഗ്യത്തിനു നല്ലതല്ല. ഇത് മുമ്പെവിടെയോ കേട്ടു പരിചയമുള്ള വാക്കുകളാണെന്നു തോന്നി.

പൊലീസ് സ്റ്റേഷനിൽ വെച്ച് അവരെന്റെ പേരു ചോദിച്ചു. ജനനത്തിയതി, വീട്ടുപേര് എല്ലാം രജിസ്റ്ററിൽ എഴുതിച്ചേർത്തു. അമ്മയ്ക്ക് മൂളാ റോഷിലാണ് ജോലി യെന്നു പറഞ്ഞപ്പോൾ ശരി, അവരെ വിളിച്ചേക്കാം എന്നായി ഒരു പൊലീസുകാരൻ. വിവരങ്ങൾ എഴുതിക്കൊണ്ടിരുന്ന യാൾ മൂളാറോഷിന്റെ നമ്പർ കൊടുത്തു. എന്നെത്തന്നെ തുറിച്ചുനോക്കിക്കൊണ്ട് മറ്റേയാൾ ഫോൺ കറക്കി. എനിക്കു വല്ലാത്ത സങ്കോചം തോന്നി. അയാൾ ഫോണി ലൂടെ ചോദിക്കുകയാണ് "മിസ്സ് ജനവീവ് ഡുലാൻകിനോട് സംസാരിക്കാനാവുമോ?" അയാളെന്നെ തറപ്പിച്ചുനോക്കി ക്കൊണ്ടിരുന്നു. പിന്നീട് "വേണ്ട, സാരമില്ല" എന്നു പറഞ്ഞ് ഫോൺ വച്ചു. എന്നെ നോക്കി ചെറുചിരിയോടെ പേടിപ്പി ക്കാനെന്ന മട്ടിൽ പറഞ്ഞു. ഇത്തവണ വെറുതെ വിടുന്നു. അടുത്ത തവണ അമ്മയെ അറിയിക്കും. ഇപ്പോൾ വീട്ടിൽകൊണ്ടുപോയാക്കാം. അയാൾ എന്നോടു ഇപ്പോൾ പരിചയം ഭാവിക്കുന്നു. ജാക്കറ്റുകാരൻ വെളിയിൽ കാത്തു നിൽപ്പുണ്ടായിരുന്നു. അയാളെയും എന്നെയും ജീപ്പിൽ കയറ്റി. ജാക്കറ്റുകാരൻ ബ്ലോഷ് കവലയിൽ ഫാർമസിക്കു മുന്നിലിറങ്ങി. പൊലീസുകാരൻ ഡ്രൈവ് ചെയ്യുന്നു. ജീപ്പിന്റെ പിറകിലത്തെ സീറ്റിൽ ഞാനൊറ്റയ്ക്ക് . എനി ക്കെന്തോ വിചിത്രമായിതോന്നി. ഞങ്ങളുടെ കെട്ടിടത്തിനു മുന്നിൽ അയാൾ ജീപ്പു നിർത്തി. "പോകൂ, ചെന്നുകിടന്നു റങ്ങൂ. ഇനി ഇങ്ങനെയൊന്നും ചെയ്യരുത്". നിങ്ങൾ, നിങ്ങൾ എന്നാണ് എന്നെ സംബോധന ചെയ്തിരുന്നത്. ഞാനൊരു തരത്തിൽ താങ്ക്യൂ എന്നു പറഞ്ഞ് അകത്തേക്കു കടന്നു. ഗേറ്റു തുറന്നു കിടന്നിരുന്നു. തിരിഞ്ഞുനോക്കുമ്പോൾ അയാൾ എഞ്ചിൻ ഓഫ് ചെയ്ത് എന്നെത്തന്നെ നോക്കി യിരിക്കയാണ്. ഞാൻ കെട്ടിടത്തിനകത്തേക്കു കയറുന്നു വെന്ന് ഉറപ്പുവരുത്താനാകും. വീട്ടിലെത്തി കിടപ്പറയുടെ ജനാലയിലൂടെ ഞാൻ പുറത്തേക്കു നോക്കി. അയാൾ അതേ പടി അവിടെത്തന്നെയുണ്ട്. എത്രനേരം അയാൾ അവിടെ കാത്തുനിൽക്കുമെന്നറിയണമല്ലോ. ഞാനും കാത്തുനിന്നു. അവസാനം എഞ്ചിൻ സ്റ്റാർട്ടുചെയ്യുന്ന ശബ്ദം കേട്ടു. വളവു തിരിഞ്ഞ് അയാൾ അപ്രത്യക്ഷനാവുന്നത് ഞാൻ കണ്ടു.

രാത്രികാലങ്ങളിൽ എന്നെ പിടികൂടാറുണ്ടായിരുന്ന ഉദ്വേഗം വീണ്ടും എന്നെ ആവേശിച്ചു. ഞാൻ തനിച്ചാണെന്ന പ്രതീതി. അമ്മയില്ല, ആരുമില്ല. ആ രാത്രിയിലും പിന്നീടുള്ള രാത്രികളിലും അവിടെ കെട്ടിടത്തിനുപുറത്ത് അയാളെനിക്കു കാവൽ നിന്നിരുന്നുവെങ്കിൽ. ഒരു പാറാവുകാരനെപ്പോലെ അഥവാ ഒരു കാവൽമാലാഖയെപ്പോലെ എനിക്ക് രക്ഷയായി.

പക്ഷേ, മറ്റു രാത്രികളിൽ ആ ഉദ്വേഗം അപ്രത്യക്ഷമായി. അമ്മ പോകാനായി ഞാൻ അക്ഷമയോടെ കാത്തുനിന്നു. ഏതോ ഒരു കൂടിക്കാഴ്ചയ്ക്ക് പോകുംപോലെ ആകാംക്ഷ ഭരിതയായി തുടിക്കുന്ന ഹൃദയത്തോടെ ഞാൻ കോണിപ്പടികളിറങ്ങി. ഇനിയിപ്പോൾ നുണ പറയേണ്ടതില്ല. അനുവാദം ചോദിക്കേണ്ടതില്ല. ആരോട്? എന്തിന്? വീട്ടിനകത്തും എനിക്ക് സുരക്ഷ ഇല്ലായിരുന്നല്ലോ. വെളിയിലിറങ്ങിയാൽ ഇരുട്ടു വീണ നടപ്പാതയിലൂടെയല്ല, മൂളാ റോഷിനു മുന്നിലൂടെയാണ് ഞാൻ നടന്നത്. വഴിവിളക്കുകൾക്ക് എന്തൊരു തെളിച്ചം. മെക്സിക്കൻപടങ്ങളിൽ കണ്ടതിനേക്കാളും ഹിംസാത്മകമായ വർണജാലങ്ങൾ. മദ്യലഹരി എന്നിൽ പതിയെ പടരുകയായിരുന്നു. മുമ്പൊരിക്കൽ ഇതേ അനുഭവം എനിക്ക് ഉണ്ടായിട്ടുണ്ട്. സോൻസൂക്കി കഫേയിൽ വച്ച് ഒരു ഗ്ലാസ്സ് ഷാംപേയിൻ കുടിച്ചപ്പോൾ. എന്റെ മുന്നിലൊരു നീണ്ട ജീവിതമല്ലേ കിടക്കുന്നത്. ചുമ്മാ തൂങ്ങിപ്പിടിച്ച് ചാരിയിരുന്നാൽ മതിയോ? എന്തിനാണു പേടി? ഞാൻ ആളുകളെ കണ്ടുമുട്ടാൻ പോവുകയല്ലേ? ഏതെങ്കിലും ഒരു കഫേയിലേക്കു പോയാൽ പോരെ?

അങ്ങനെ ഞാനൊരു പെൺകുട്ടിയെ കണ്ടുമുട്ടി. എന്നേക്കാളും പ്രായമുണ്ട്. ഷാനെറ്റ് യൗൾ. ഒരു ദിവസം എനിക്കു ഭയങ്കര തലവേദന. ബ്ലോഷ് കവലയിലെ ഫാർമസിയിൽ നിന്നും മരുന്നു വാങ്ങാൻ ചെന്നതാണ്. വേഗാനി ഗുളികയും ഒരു കുപ്പി ഈഥറും വേണം. ബില്ലുകൊടുക്കാനൊരുങ്ങിയപ്പോഴാണ് മനസ്സിലായത് പൈസ തികയുകയില്ല. അടുത്ത് മഴക്കോട്ടിട്ടു നിന്നിരുന്ന ഒരു പെൺകുട്ടി. ഞങ്ങളുടെ നോട്ടമിടഞ്ഞു. അവൾ മുന്നോട്ടുവന്ന് പൈസ കൊടുത്തു. അവളോട് എങ്ങനെ നന്ദി പറയണമെന്നറിയാതെ ഞാൻ കുഴങ്ങി. വീട്ടിൽ പൈസയിരിപ്പുണ്ട്. അങ്ങോട്ടു കൂട്ടിക്കൊണ്ടുപോയി

പൈസ തിരികെ കൊടുത്തേക്കാം. പക്ഷേ, അവളത് നിരസിച്ചു. വേണ്ട, വേണ്ട, പിന്നീടെപ്പോഴെങ്കിലുമാകട്ടെ. അവളും ഈ പരിസരത്തുതന്നെയാണത്രെ താമസം. പച്ച നിറമുള്ള കണ്ണുകളിൽ ചിരി. ചെറുതായി വെട്ടിയ മുടി. "മരുന്നിനോടൊപ്പം എന്തെങ്കിലും കുടിക്കാൻ വേണ്ടേ?" അവൾ ആരാഞ്ഞു. അവളുടെ വീടിനടുത്ത റൂഷ്ഫു‍ക്കു റോഡിൽ ഒരു കഫേയുണ്ട്. അങ്ങോട്ടു പോകാം. അതു കഫേയല്ല. ബാറായിരുന്നു. കോൻഡിയിലെ അന്തരീക്ഷമേയല്ല. ചുമരുകളൊക്കെ മരത്തിൽ തീർത്തത്. മേശയും കൗണ്ടറുമൊക്കെ മരം. റോഡിലേക്കു തുറക്കുന്ന വലിയൊരു ജനാല. ബെഞ്ചുകളിലൊക്കെ കടുംചെമപ്പു വെൽവെറ്റ്. മങ്ങിയ വെളിച്ചമേയുള്ളു. കൗണ്ടറിനു പുറകിൽ ഒരു നാൽപതുകാരി നിന്നിരുന്നു. ഷാനെറ്റിനു അവരെ നല്ല പരിചയമാണെന്നു തോന്നി. സൂസൻ എന്നാണവരെ വിളിച്ചിരുന്നത്. അവർ ഞങ്ങൾക്ക് രണ്ട് ഗ്ലാസ്സ് ഷാംപെയിൻ നൽകി.

"നിങ്ങളുടെ ആരോഗ്യത്തിന്." ഷാനെറ്റു പറഞ്ഞു. ചിരിക്കുന്നുണ്ടായിരുന്നെങ്കിലും സത്യത്തിൽ അവളുടെ കണ്ണുകൾ എന്നെ അളന്നെടുക്കാനുള്ള ശ്രമം നടത്തുകയാണെന്നു തോന്നി. അവൾ ചോദിച്ചു.

"ഇവിടടുത്താണോ താമസം?"

"അതേ, ആ ഒന്നാം കയറ്റത്തിൽ"

ഇവിടെ കയറ്റവും ഇറക്കവുമുണ്ട്. അവയുടെ അതിരുകൾ അദൃശ്യമെങ്കിലും എനിക്കിതൊക്കെ അറിയാം. കൂടുതലെന്താണ് പറയേണ്ടതെന്നറിയാതെ ഞാൻ വീണ്ടും പറഞ്ഞു. "ഇവിടെ കയറ്റങ്ങൾ മാത്രമല്ല ഇറക്കങ്ങളുമുണ്ട്." അവൾ മുഖം കോട്ടി. "ഒന്നാം കയറ്റം?" ഈ രണ്ടു വാക്കുകൾ അവളെ അൽപമൊന്നു കുഴക്കിയെന്നു തോന്നുന്നു. പക്ഷേ, ചിരി മാഞ്ഞിട്ടില്ല. ഷാംപെയിൻ അകത്തു ചെന്നതു കൊണ്ടുള്ള ധൈര്യമോ എന്തോ എന്റെ സങ്കോചം അലിഞ്ഞലിഞ്ഞില്ലാതായിരിക്കുന്നു. ഞാനതവൾക്കു വിവരിച്ചു കൊടുത്തു. സ്കൂൾ കുട്ടിയായിരുന്നപ്പോൾ പഠിച്ചെടുത്തതല്ലേ ഇതൊക്കെ. ട്രിനിറ്റി ചത്വരത്തിൽ നിന്ന് കയറ്റം തുടങ്ങുകയായി. അങ്ങ് മുകളിലേക്ക്. ബ്രൂയാകോട്ട കടന്ന് സെന്റ്.

വിൻസന്റ് സെമിത്തേരി പിന്നെയവിടന്നങ്ങോട്ട് ഇറക്കമായി. വടക്കോട്ട് ഗുലോങ്കോർവരെ.

"ഓഹോ നിനക്കൊരുപാടു കാര്യങ്ങളറിയാമല്ലോ." അവളുടെ ചിരിയിൽ വ്യംഗ്യത. പൊടുന്നനെ അവളെന്നെ നീയെന്നു വിളിച്ചു തുടങ്ങിയിരിക്കുന്നു. പക്ഷേ, അതു വളരെ ഹൃദ്യമായി എനിക്കനുഭവപ്പെട്ടു. അവൾ സൂസനെ വിളിച്ച് വീണ്ടും രണ്ടു ഗ്ലാസ്സു ഷാംപെയിൻ ആവശ്യപ്പെട്ടു. ഞാനിതിനുമുമ്പ് മദ്യം കഴിച്ചിരുന്നില്ല. ഇതല്പം കൂടുതലാവുന്നുണ്ട് എന്നു തോന്നാഞ്ഞിട്ടല്ല, പക്ഷേ, വേണ്ടെന്നു പറയാനായില്ല. എല്ലാം വേഗം തീരട്ടെ എന്നു കരുതി രണ്ടാമത്തെ ഗ്ലാസ്സ് ഒരൊറ്റ വലിക്കു കുടിച്ചു തീർത്തു. അപ്പോഴും അവളെന്നെ നിശ്ശബ്ദയായി നിരീക്ഷിക്കുകയായിരുന്നു.

"പഠിക്കുകയാണോ?"

മറുപടി പറയാൻ എനിക്കൊരു പരുങ്ങൽ. വിദ്യാർത്ഥിയാവുക എന്നത് ഒരു സ്വപ്നമായിരുന്നു. കാരണം ആ പദത്തിന് എന്തൊരു ചാരുത. എന്തൊരന്തസ്സ്. പക്ഷേ, ഷൂൾ. ഫെറി സ്കൂളിൽ പ്രവേശനം നിഷേധിക്കപ്പെട്ടതോടെ ഈ സ്വപ്നം എനിക്ക് അപ്രാപ്യമായിത്തീർന്നു. ഷാംപെയിൻ ആണോ എനിക്കതിനുള്ള ധൈര്യം നൽകിയത്? അവളെ വിശ്വസിപ്പിക്കാനെന്നോണം അവളുടെ മുഖത്തോടുമുഖമടുപ്പിച്ച് ഞാൻ പറഞ്ഞു

"അതെ, സ്റ്റുഡന്റാണ്."

അപ്പോഴാണ് ചുറ്റുമുള്ളവരെ ഞാൻ ശ്രദ്ധിച്ചത്. കോൻഡിയിലുള്ളവരെപ്പോലെയല്ല കേട്ടോ. പ്രേതങ്ങളെ കണ്ടുമുട്ടിയേക്കാമെന്ന ഭയമില്ലായിരുന്നുവെങ്കിൽ ഞാനിവിടെ ഒരു രാത്രി മുഴുവൻ കഴിച്ചുകൂട്ടിയേനെ, ഞാൻ വന്നെത്തിയ ആ സ്ഥലത്തെക്കുറിച്ചു മനസ്സിലാക്കാൻ. പക്ഷേ, ജാഗ്രത വേണം. അടഞ്ഞുകിടന്ന വാതിലുകളാണ് എന്നെ വരവേൽക്കുന്നതെങ്കിലോ? ഉടമസ്ഥൻ മാറിയെന്നുവരികിൽ? ഇത്തരം സ്ഥാപനങ്ങൾക്കൊന്നും വലിയ ഭാവിയില്ല.

"എന്തു പഠിക്കുന്നു?"

അതു ഞാൻ പ്രതീക്ഷിച്ചതല്ല. അവളുടെ കണ്ണുകളിലെ ആത്മാർത്ഥത എനിക്ക് പ്രോത്സാഹനമേകി. ഞാൻ ഒരു നുണ പറയുകയാണന്ന് അവൾക്ക് തോന്നിയിട്ടില്ല.

“പൗരസ്ത്യഭാഷകൾ?”

അവൾക്കെന്നോട് മതിപ്പു തോന്നിത്തുടങ്ങിയിരിക്കുന്നു. പിന്നീടൊരിക്കലും അവളെന്നോട് പഠനത്തെപ്പറ്റിയോ ക്ലാസ്സ് സമയത്തെപ്പറ്റിയോ സ്കൂൾ എവിടെയാണെന്നോ ചോദിച്ചിട്ടില്ല. ഒരു പക്ഷേ, ക്രമേണ മനസ്സിലായിക്കാണും ഞാൻ ഒരു സ്കൂളിലേയും വിദ്യാർത്ഥി അല്ലെന്ന്. പക്ഷേ, അവളേയും എന്നെയും സംബന്ധിച്ചിടത്തോളം അതൊരു അന്തസ്സുള്ള പദവിതന്നെയായിരുന്നു. ഒന്നും ചെയ്യാതെത്തന്നെ പരമ്പരാഗതമായി കിട്ടുന്ന പദവിപോലെ. റൂഷ്ഫൂക്കു കഫേയിലെത്തിയ എല്ലാവർക്കും അവളെന്നെ പരിചയപ്പെടുത്തി. *പഠിക്കുകയാണ്, സ്റ്റുഡന്റ്*. ഒരുവേള ഇന്നും അവിടുള്ളവർ അങ്ങനെയാവും ഞങ്ങളെ ഓർമിക്കുന്നത്.

അന്നു രാത്രി എന്നോടൊപ്പം അവൾ വീടുവരെ വന്നു. അവളെന്താണ് ചെയ്യുന്നത്. ഞാനും അന്വേഷിച്ചു. ഡാൻസ്കാരിയാണത്രെ. ബാലേഡാൻസ്? എന്നു തികച്ചു പറയാനാകില്ല. പക്ഷേ, ക്ലാസ്സിക്കൽ ഡാൻസ് പഠിച്ചിട്ടുണ്ട്. അന്ന് മനസ്സിലുദിക്കാതിരുന്ന ഒരു ചോദ്യം ഇന്നു ഞാൻ ചോദിച്ചുപോകുന്നു. എന്നെപ്പോലെ അവളും നുണ പറയുകയായിരുന്നോ? ഫൗണ്ടൻ സ്ട്രീറ്റിലൂടെ ഞങ്ങൾ ബ്ലോഷ് കവലയിലേക്കു നടന്നു. സൂസൻ അവൾക്ക് വല്യേച്ചിയേപ്പോലെയാണ്. തൽക്കാലം അവൾ സൂസന്റെ കൂടെ നിൽക്കുന്നെന്നേയുള്ളു. അവരിരുവരും ചേർന്നാണ് അവിടത്തെ പണികളൊക്കെ ചെയ്തത്. അത് വെറും കഫേ മാത്രമല്ല റെസ്റ്റോറന്റ് കൂടിയാണ്.

തനിച്ചാണോ താമസമെന്ന് അവളെന്നോട് ചേദിച്ചു. അമ്മയുടെ കൂടെ എന്നു ഞാൻ പറഞ്ഞു. അമ്മയ്ക്ക് ജോലിയെന്താണെന്ന് അവൾക്കറിയണം. ഞാൻ പറഞ്ഞു മൂളാറോഷിൽ അക്കൗണ്ടന്റാണ്. അതെന്താ അമ്മയ്ക്ക്, എന്റെ അമ്മയ്ക്ക് അക്കൗണ്ടന്റ് ആയിക്കൂടേ? അതിനുള്ള കാര്യപ്രാപ്തിയും ഗൗരവവും ഉണ്ടല്ലോ.

ഗേറ്റിൽവച്ച് ഞങ്ങൾ പിരിഞ്ഞു. സാധാരണപോലെ ഭാരിച്ച ഹൃദയവുമായിട്ടല്ല അന്നു ഞാൻ വീട്ടിനകത്തേക്കു കയറിയത്. ഇന്നോ നാളേയോ ഞാനിവിടം വിട്ടുപോകും. അതുറപ്പ്. ഞാൻ കണ്ടുമുട്ടാൻ പോകുന്ന വ്യക്തികൾ എന്റെ ഏകാന്തതയ്ക്ക് അറുതി വരുത്തും. ഈ പെൺകുട്ടിയാണ് എന്റെ ആദ്യത്തെ സമ്പർക്കം. ചിറകുവിരിച്ചു പറക്കാൻ ഇവളെന്നെ സഹായിക്കും. നാളെ കാണാമല്ലോ? എന്റെ ചോദ്യം അവളെ അമ്പരപ്പിച്ചെന്നു തോന്നുന്നു. ഉദ്വേഗം അടക്കിവയ്ക്കാനാകാതെ ചോദിച്ചു പോയതാണ്. ഞാനല്പം ധൃതി വെച്ചോ?

“പിന്നെ, എപ്പോ വേണമെങ്കിലും.”

കനിവും വ്യംഗ്യവും സ്ഫുരിക്കുന്ന ചിരി. കയറ്റങ്ങളേയും ഇറക്കങ്ങളേയും പറ്റി ഞാൻ വിശദീകരിച്ചപ്പോൾ ആ മുഖത്തു പരന്ന അതേ ചിരി തന്നെ. എനിക്ക് ഓർമ നഷ്ടം സംഭവിച്ചിട്ടുണ്ട്. വേറൊരു തരത്തിൽ പറഞ്ഞാൽ ചിതറിത്തെറിച്ച കഷണങ്ങളായാണ് പലതും എനിക്ക് ഓർമിച്ചെടുക്കാൻ സാധിക്കുന്നത്. കഴിഞ്ഞ അഞ്ചുവർഷക്കാലം ഞാനതേക്കുറിച്ചാലോചിക്കാതിരിക്കാൻ ശ്രമിച്ചു. പക്ഷേ, ഒരു ടാക്സി സവാരിയേ വേണ്ടിവന്നുള്ളു എല്ലാ തിരിച്ചുകൊണ്ടുവരാൻ. അതാ ആ നിയോൺ നെയിം ബോർഡുകൾ വീണ്ടും. നോക്റ്റാംബൂൾ...പീറോ...ഞാൻ പോകാറുണ്ടായിരുന്ന സ്ഥലത്തിന്റെ പേരെന്തായിരുന്നു? ഡാന്റ്? റോഷ് ക്ലോത്ര്? കാൻടർ? അതേ, കാൻടർ. കോൻഡിയിലെ പതിവുകാരാരും കാൻടറിലേക്കു പോയിരിക്കില്ല. ജീവിതത്തിൽ മറികടക്കാനാവാത്ത അതിർവരമ്പുകളുണ്ട്. എന്നിട്ടും കാൻടറിൽ കണ്ട ഒരു വ്യക്തിയെ കോൻഡിയിൽവച്ചു കാണാനിടയായപ്പോൾ എനിക്ക് വല്ലാത്ത ആശ്ചര്യം തോന്നി. മോറിസ് റാഫേൽ - കടുവയെന്നു വിളിപ്പേരുള്ള മോറിസ് റാഫേൽ. ഇയാളൊരു സാഹിത്യകാരനാണെന്ന് എനിക്കൂഹിക്കാൻ പോലും സാധ്യമായില്ല. ഇരുമ്പുവാതിലിനപ്പുറം പിന്നാമ്പുറത്തെ മുറികളിലിരുന്ന് ചീട്ടുകളിയും മറ്റു വിനോദങ്ങളുമായി സമയം ചെലവാക്കിയിരുന്ന മറ്റുള്ളവരിൽനിന്നും ഇയാൾ ഒട്ടും വ്യത്യസ്തനായി

കാണപ്പെട്ടതേയില്ല. എനിക്ക് അയാളെ തിരിച്ചറിയാനായി. പക്ഷേ, എന്റെ മുഖം അയാളുടെ ഓർമയിലില്ലെന്ന് ഞാൻ ധരിച്ചു. ഹാവൂ! നല്ല കാലം, സമാധാനമായി.

ഷാനെറ്റിന് കാൻടറിൽ എന്താണ് ജോലിയെന്ന് എനിക്കു മനസ്സിലായില്ല. പലപ്പോഴും ഓർഡറുകൾ എടുക്കുന്നതും എത്തിച്ചുകൊടുക്കുന്നതും കാണാം. അവൾ കസ്റ്റമേഴ്സിന്റെ കൂടെ ഇരിക്കാറുമുണ്ടായിരുന്നു. അവൾക്ക് അവരെയൊക്കെ പരിചയവുമുണ്ടായിരുന്നു. അക്കാദ് എന്നൊരുത്തന് എന്നെ പരിചയപ്പെടുത്തി. കണ്ടാൽ പൗരസ്ത്യനെപ്പോലിരുന്നു. നല്ല രീതിയിലുള്ള വസ്ത്രധാരണം. ഒരുപാടു പഠിപ്പുണ്ടെന്നു തോന്നി. സ്ഥലത്തെ ഡോക്ടറുടെ മകനാണത്രെ. അയാളുടെകൂടെ എപ്പോഴും ഗോഡിംഗർ, മാരിയോ ബേ എന്ന രണ്ടു സുഹൃത്തുക്കളും കാണും. ചിലപ്പോഴൊക്കെ അവരേക്കാൾ പ്രായംകൂടിയവരോടൊപ്പം കൊച്ചുമുറിയിലിരുന്ന ചീട്ടുകളിക്കുന്നതു കാണാം. ചീട്ടുകളി പുലരുവോളം അഞ്ചുമണിവരെ നീണ്ടുനിന്നു. ആ കളിക്കാരിൽ ഒരാളായിരുന്നുവത്രെ കാൻടറിന്റെ ശരിയായ ഉടമസ്ഥൻ. വൃത്തിയായി വസ്ത്രം ധരിച്ച ഒരമ്പതുകാരൻ. മഹാകർശനസ്വഭാവക്കാരൻ. ചെറുതായി വെട്ടിയ നരച്ച മുടി. മുമ്പ് വക്കീൽ പണിയായിരുന്നത്രെ. അയാളുടെ പേര് എനിക്കോർമയുണ്ട്. മൊസെല്ലിനി. ഇടയ്ക്കൊക്കെ എഴുന്നേറ്റുചെന്ന് ബാറിൽ സൂസന്നു കൂട്ടുനിൽക്കും. ചില രാത്രികളിൽ അയാളാണ് മദ്യഗ്ലാസ്സുകൾ മേശകളിലേക്കെത്തിച്ചത്. സ്വന്തം വീട്ടിൽ അതിഥികളെ സ്വീകരിക്കും പോലെ. *കൊച്ചേ, തലയോട്ടി* എന്നൊക്കെയാണ് ഷാനെറ്റിനെ വിളിച്ചിരുന്നത്. കാൻടറിൽ ആദ്യം വന്ന സമയത്ത് അയാളെന്നെ വളരെ സംശയത്തോടെയാണ് വീക്ഷിച്ചത്. ഒരു രാത്രി ചോദിച്ചു. “വയസ്സെത്ര?” ഞാൻ പറഞ്ഞു. “ഇരുപത്തൊന്ന്.” അയാൾ മുഖം കോട്ടി. വിശ്വസിച്ചിട്ടില്ല. “ഉറപ്പാണോ ഇരുപത്തൊന്നായെന്ന്?” ഞാനൊന്നു പരുങ്ങി. സത്യം പറയാനൊരുങ്ങിയതാണ്. അതിനകം ആ കണ്ണുകളിലെ കാഠിന്യം അപ്രത്യക്ഷമായി. പുഞ്ചിരിയോടെ മോസെല്ലിനി പറഞ്ഞു. “ഇരുപത്തൊന്നെങ്കിൽ ഇരുപത്തൊന്ന്.”

ഷാനെറ്റിന് മാരിയോ ബേയോട് അല്പം ദൗർബല്യമുണ്ടായിരുന്നു. അയാൾ എന്നും ഇരുണ്ട കണ്ണട ധരിച്ചിരുന്നു. ജാട കാണിക്കാനല്ല. വെളിച്ചം തട്ടിയാൽ കണ്ണു വേദനിക്കുമെന്നതുകൊണ്ടാണ്. അയാളൊരു പിയാനിസ്റ്റ് ആണെന്നായിരുന്നുവത്രെ അവൾ കരുതിയിരുന്നത്. ഗാവൂവിലും പ്ലീയേലിലും സംഗീതപരിപാടികൾ നടത്തുന്ന കലാകാരൻ. അക്കാദിനേയും ഗോഡിംഗറിനേയും പോലൊരു മുപ്പതുകാരൻ. പക്ഷേ, അയാൾ പിയാനിസ്റ്റ് ആയിരുന്നില്ല. പിന്നെന്തായിരുന്നു? മാരിയോ ബേയും ഗോഡിംഗറും മൊസെല്ലിനിയുടെ ഉറ്റ സുഹൃത്തുക്കളായിരുന്നു. ഷാനെറ്റ് പറഞ്ഞത് പണ്ട് മൊസെല്ലിനി പ്രാക്ടീസ് നടത്തുന്ന സമയത്ത് അവരൊക്കെ ഒന്നിച്ചു ജോലിചെയ്തവരായിരുന്നു. ഇപ്പോഴും അയാൾക്കു വേണ്ടിയാണ് അവരൊക്കെ പണിയെടുക്കുന്നത്. എവിടെ? എന്തു ജോലി? സൊസൈറ്റികളിൽ? എന്നുവച്ചാൽ കമ്പനികളോ? എന്തോ എനിക്കറിയില്ല. കാൻടറിൽ അവർ പലപ്പോഴും ഞങ്ങളെ അവരുടെ മേശയിലേക്കു ക്ഷണിച്ചു. അക്കാദിന് എന്നെ ഇഷ്ടമാണത്രെ. ഷാനെറ്റ് പറഞ്ഞതാണ്. മാരിയോ ബേയുമായുള്ള സ്വന്തം ചങ്ങാത്തം ഉറപ്പിച്ചെടുക്കാനായി എന്നെ അക്കാദിലേക്ക് ഉന്തിനീക്കുവാനുള്ള ശ്രമമായിരുന്നു അത്. പക്ഷേ, എനിക്കു തോന്നിയത് ഗോഡിംഗർക്കാണ് എന്നിൽ താത്പര്യമെന്നാണ്. അക്കാദിനേപ്പോലെത്തന്നെ ഇരുണ്ട നിറം. അയാളേക്കാളും വലിയ ശരീരഘടന. ഷാനെറ്റിന് ഗോഡിംഗറെപ്പറ്റി വലുതായൊന്നും അറിയില്ലത്രെ. വലിയ പണക്കാരനാണത്രെ. കാൻടറിനു മുന്നിൽ അയാളുടെ കാർ കിടക്കുന്നതു കാണാം. ഹോട്ടലിലാണ് താമസം. ഇടയ്ക്കിടെ ബെൽജിയത്തിലേക്കു പോകും.

എന്തൊരിരുട്ട്. ഇരുട്ടുനിറഞ്ഞ രൂപങ്ങൾ. മനസ്സിലേക്കെത്തുന്നതൊന്നും വ്യക്തമല്ല. അവയ്ക്ക് വിശദീകരണങ്ങളില്ല. *ഹോട്ടലിൽ താമസിച്ചു. ഇടയ്ക്കിടെ ബെൽജിയത്തിലേക്കു പോയി.* ഇന്നാളൊരു ദിവസം ഞാൻ ഈ തനി മണ്ടൻ വാചകം ആവർത്തിച്ചാവർത്തിച്ചു പറഞ്ഞു. ഇരുട്ടിൽ സാന്ത്വനമേകുന്നൊരു താരാട്ടുശകലം പോലെ. മൊസെല്ലിനി എന്തിനാണ് ഷാനെറ്റിനെ തലയോട്ടി എന്നു വിളിച്ചത്?

വേദനാജനകമായ വിശദാംശങ്ങൾ ഒന്നിനുള്ളിൽ ഒന്നായി ഒളിഞ്ഞു കിടക്കുന്നു. ഒരുപാടു വർഷങ്ങൾക്കുശേഷം എന്നെ കാണാൻ ഷാനെറ്റ് ന്യൂയിയിലേക്കു വന്നു. ഷൂറുമായുള്ള എന്റെ വിവാഹം കഴിഞ്ഞ് രണ്ടാഴ്ചയേ ആയിട്ടുണ്ടായിരുന്നുള്ളു. ഷൂറുവിനോട് അവളെപ്പറ്റി പറയാനോ അവളെ പരിചയപ്പെടുത്തുവാനോ എനിക്കായില്ല. ഷൂറുവിന് എന്നേക്കാൾ പ്രായക്കൂടുതൽ ഉണ്ടായിരുന്നതുകൊണ്ടാകാം അതല്ലെങ്കിൽ എന്നെ എപ്പോഴും നിങ്ങൾ, നിങ്ങൾ എന്നു സംബോധന ചെയ്തിരുന്നതുകൊണ്ടുമാകാം. ഞാൻ പറഞ്ഞിരുന്നപോലെത്തന്നെ അവൾ മൂന്നു തവണ ബെല്ലടിച്ചു. എനിക്കാദ്യം പ്രതികരിക്കാതിരിക്കാനാണ് തോന്നിയത്. പിന്നെ തോന്നി അത് ബുദ്ധിമോശമാവും. അവൾക്ക് എന്റെ അഡ്രസ്സും ഫോൺനമ്പറും അറിയാം. വാതിൽ ചെറുതായി തുറന്ന് ആ വിടവിലൂടെ ഭവനഭേദനത്തിനായി അകത്തു കടക്കുന്ന മോഷ്ടാവിനെപ്പോലെ പതുങ്ങിപ്പതുങ്ങിയാണ് അവൾ അകത്തേക്കു കടന്നത്. സ്വീകരണമുറി അവൾ ആകമാനം നോക്കി. വെളുത്ത ചുമരുകൾ. കോഫീടേബിൾ. മാസികകൾ. ചുവന്ന ലാംമ്പ് ഷെയിഡ്, സോഫയ്ക്കു മുകളിലായി ഷൂറുവിന്റെ അമ്മയുടെ ഫോട്ടോ. അവളൊന്നും പറഞ്ഞില്ല. എല്ലാം നോക്കിക്കണ്ട് തല കുലുക്കിയേയുള്ളു. അവൾക്കിതൊക്കെ നേരിട്ടു കാണണമെന്നുണ്ടായിരുന്നു. ഞങ്ങൾക്കിരുവർക്കും വെവ്വേറെ കിടപ്പുമുറികൾ. അവൾ അതിശയിച്ചുപോയി. എന്റെ മുറിയിലെ കിടക്കയിൽ ഞങ്ങളിരുവരും സ്വസ്ഥമായി ഇരിപ്പുറപ്പിച്ചു.

“ഹും, അപ്പോ തറവാട്ടുകാരാണ്.”

അവൾ ഉറക്കെ ചിരിച്ചു. അർമെയ്ളി സ്ട്രീറ്റിലെ എന്റെ താമസത്തിനുശേഷം ഞങ്ങൾ ആദ്യമായി കാണുകയായിരുന്നു. അവളുടെ ചിരി എന്നെ വല്ലാതെ അസ്വസ്ഥയാക്കി. അത് കാൻടർ കാലഘട്ടത്തിന്റെ സ്മരണകളെ ചിക്കിയുണർത്തുന്നു. പക്ഷേ, കഴിഞ്ഞ വർഷം അർമെയ്ളി സ്ട്രീറ്റിലേക്കു വന്നപ്പോൾ മറ്റുള്ളവരുമായുള്ള ബന്ധം വിച്ഛേദിച്ചുകളഞ്ഞതായി അവൾ പറഞ്ഞിരുന്നു.

“ഇത് ശരിക്കും ഒരു മാന്യയുവതിയുടെ മുറി.”

ഷെൽഫിനുമുകളിൽ ഒരു തവിട്ടുഫ്രെയിമിനകത്ത് ഷൂറുവിന്റെ ഫോട്ടോ. അവളെഴുന്നേറ്റ് ചെന്ന് അതെടുത്തു നോക്കി.

"കാണാൻ സുന്ദരൻ തന്നെ. പക്ഷേ, നിങ്ങൾക്കെന്തിനാണ് വെവ്വേറെ കിടപ്പുമുറികൾ?"

അവൾ തിരിച്ചു കിടക്കയിൽ വന്നിരുന്നു. മറ്റെവിടെത്തേക്കാളും എനിക്കിവിടം ഇഷ്ടപ്പെട്ടെന്ന് ഞാനവളോടു പറഞ്ഞു. ഷൂറുവിന്റെ സാന്നിധ്യത്തിൽ അവൾക്ക് സങ്കോചം അനുഭവപ്പെടുന്നുണ്ടെന്ന് എനിക്കു തോന്നി. ഞങ്ങൾക്ക് പിന്നെ തുറന്നു സംസാരിക്കാനായില്ല.

"എന്നോടൊപ്പം മറ്റുള്ളവരേയും കാണേണ്ടിവന്നെങ്കിൽ എന്നു ഭയന്നിട്ടാണോ?"

അവളുടെ ചിരിയിൽ ആത്മാർത്ഥത കുറഞ്ഞിരിക്കുന്നു. അതെ, അതു ശരിയാണ്. ഇവിടെ ന്യൂയിയിൽപോലും എനിക്കു പേടിയാണ്. അക്കാദിനെയെങ്ങാനും കണ്ടുമുട്ടിയെങ്കിലോ. ലെറ്റ്വായിലേയും അർമായ്ളിയിലേയും താമസകാലത്ത് അയാളെന്നെ പിൻതുടർന്നു വന്നില്ലായിരുന്നുവെന്നത് എന്നെ ആശ്ചര്യപ്പെടുത്തുന്നുണ്ട്. അവൾക്കു ക്ഷമകെട്ടു.

''ഒന്നടങ്ങുന്നുണ്ടോ? അവരൊക്കെ പാരീസ് വിട്ട് എത്രയോ കാലമായി. ഇപ്പോ മൊറോക്കോയിലാണ്."

എന്നെ സമാശ്വസിപ്പിക്കാനെന്നോണം അവളെന്റെ നെറ്റിയിൽ തടവി.

"കബാസ്സുഡിലെ ആഘോഷപാർട്ടികളെപ്പറ്റിയൊന്നും ഭർത്താവിനോടു പറഞ്ഞു കാണില്ല അല്ലേ?"

അവളുടെ ശബ്ദത്തിൽ വ്യംഗ്യതയല്ല, മറിച്ച് വിഷാദമാണ് തുളുമ്പി നിന്നിരുന്നത്. അതെന്നെ വല്ലാതെ സ്പർശിച്ചു. ആഘോഷങ്ങൾ. അയാൾ ആ കറുത്ത കണ്ണടക്കാരൻ മാരിയോ ബേ അവളുടെ അടുത്ത സുഹൃത്തായിരുന്നു. പാരീസിനു പുറത്ത് കബാസ്സുഡ് എന്ന സത്രത്തിലേക്ക് രാത്രി ചെലവഴിക്കാനായി ഞങ്ങളെ കൂട്ടിക്കൊണ്ടുപോകുമായിരുന്ന യാത്രകൾ. അയാളാണ് ആ യാത്രകൾക്ക് 'ആഘോഷങ്ങൾ' എന്നു പേരിട്ടത്.

"ഇവിടെയെത്ര ശാന്തമാണ് അല്ലേ?"

വിശദാംശങ്ങൾ കണ്ണഞ്ചുന്ന പ്രകാശവീചികൾ പോലെ. എനിക്ക് കണ്ണടയ്ക്കാനാണ് തോന്നുന്നത്. ഒരിക്കൽ ഗി ദു വേരെയുടെ വീട്ടിൽനിന്നിറങ്ങി മോമോർട്ട് വഴി റോളാങ്ങിനോടൊപ്പം ഞാൻ വീട്ടിലേക്കു വന്നു. അന്ന് ഞാൻ കണ്ണുകൾ തുറന്നു പിടിച്ചിരുന്നു. എല്ലാം എന്തു വ്യക്തമായി തെളിവായി കാണാനായെന്നോ? കണ്ണഞ്ചിക്കുന്ന പ്രകാശമുണ്ടായിരുന്നു. പക്ഷേ, അതെനിക്ക് പഴക്കമായിത്തീർന്നിരിക്കുന്നു. മറ്റൊരു രാത്രിയിൽ കാൻടറിൽ വാതിലിനു സമീപമുള്ള മേശയിൽ ഞാനും ഷാനെറ്റും മാത്രം. വീണ്ടും അതേ അനുഭവം. കണ്ണു മഞ്ഞളിക്കുന്ന പ്രകാശവീചികൾ. വാതിലിനപ്പുറത്തുള്ള മുറിയിലിരുന്ന് മൊസെല്ലിനിയും കൂട്ടരും ചീട്ടു കളിക്കുന്നു. അമ്മ തിരിച്ചുവന്നിട്ട് ഏറെ നേരമായിക്കാണും. വീട്ടിൽ എന്നെക്കാണാഞ്ഞ് പരിഭ്രമിക്കുമോ? മുമ്പൊരിക്കൽ ഗ്രോങ് കരിയർ പൊലീസ്സ്റ്റേഷനിലേക്ക് അമ്മയെ വിളിപ്പിക്കേണ്ടിവന്നത് ഓർത്തപ്പോൾ എനിക്ക് വല്ലാത്ത സങ്കടം തോന്നി. പക്ഷേ, ഇനി മുതൽ എന്നെ കൂട്ടിക്കൊണ്ടുപോകാൻ അമ്മ വരില്ല. ഞാനെത്രയോ ദൂരെ എത്തിക്കഴിഞ്ഞു. എനിക്ക് സങ്കടം അടക്കാനായില്ല. വല്ലാത്ത വെപ്രാളം. ശ്വസം മുട്ടിപ്പോയി. ഷാനെറ്റ് അടുത്തു വന്ന് എന്നെ സൂക്ഷിച്ചു നോക്കി.

"വിളറിയിരിക്കുന്നല്ലോ, എന്തുപറ്റി?"

ഞാൻ ചിരിക്കാൻ ശ്രമിച്ചു. പക്ഷേ, മുഖം കോടിപ്പോയി.

"ഇല്ല, ഒന്നുമില്ല."

ഓരോ ദിവസവും രാത്രിയിൽ അപ്പാർട്ട്മെന്റിൽ നിന്നിറങ്ങുമ്പോൾ എനിക്കൊരുതരം തളർച്ച അനുഭവപ്പെടുമായിരുന്നു. കണ്ണിൽ ഇരുട്ടു കയറുംപോലെ. കുഴഞ്ഞുവീഴുമ്പോലെ. ബ്ലോഷ് കവലയിലെ ഫാർമസിസ്റ്റിനോട് ഞാനിക്കാര്യം വിശദീകരിക്കാൻ ശ്രമിച്ചു. പക്ഷേ, വ്യക്തമായി പറയാനായില്ല. പറയുന്നതൊക്കെ തെറ്റാണെന്നു, നിസ്സാരമാണെന്നു മിണ്ടാതിരിക്കുന്നതാണ് ഭേദമെന്ന് തോന്നൽ. അവസാനം അയാളാണ് പറഞ്ഞത് ഇത് ബ്ലാക്കൗട്ടാണ്. ശക്തിക്ഷയം.

റോഡിൽവച്ചൊരു നാൾ പൊടുന്നനെ വല്ലാത്തൊരു ശൂന്യതയെനിക്കനുഭവപ്പെട്ടു. ആദ്യമായി ഈ അനുഭവമുണ്ടായത് സൈറാനോയുടെ അപ്പുറത്തുള്ള സിഗരറ്റു കടയ്ക്കു മുന്നിൽവച്ചാണ്. ഈ ലോകം മുഴുവനും എന്നോടൊപ്പമുണ്ട്. പക്ഷേ, അതെനിക്ക് ആശ്വാസമേകുന്നില്ല. ഞാനിതാ കുഴഞ്ഞുവീഴാറായി. ഏതുനിമിഷവും ബോധരഹിതയായി നിലംപതിച്ചെന്നു വരും. പക്ഷേ, മറ്റുള്ളവരൊക്കെ, വീണുകിടക്കുന്ന എന്നെ ശ്രദ്ധിക്കാതെ മുന്നോട്ടു പൊയ്ക്കൊണ്ടിരിക്കും. ബ്ലാക്കൗട്ട്. ശക്തിക്ഷയം. അതു പറ്റില്ല. സ്വയം വീണ്ടെടുക്കാൻ ശ്രമിച്ചേ പറ്റൂ. അന്നു രാത്രി ഞാൻ സിഗരറ്റു കടയിലേക്കു കയറിച്ചെന്നു. സിഗരറ്റിനോടൊപ്പം കുറേ പോസ്റ്റുകാർഡുകളും വാങ്ങിച്ചു. കാർഡിലെഴുതി "അല്പം കൂടി ക്ഷമിക്കൂ എല്ലാം നേരെയാകും" പക്ഷേ, അഡ്രസ്സ്? ആർക്കാണ് ഞാനിതെഴുതുന്നത്? ഓരോ കാർഡിലും ഞാൻ സന്ദേശങ്ങളെഴുതി.

ഇവിടെ എന്തു രസമാണെന്നോ. ആഹ്ലാദകരമായ ഒഴിവുകാലം. നിങ്ങൾക്കെല്ലാം സുഖംതന്നെയല്ലേ. ഉടനെ കാണാം. സ്നേഹാശംസകൾ.

ഞാനിവിടെ അതിരാവിലെ കടലോരത്തെ കഫേയിലിരിക്കയാണ്. സുഹൃത്തുക്കൾക്കു കത്തെഴുതിക്കൊണ്ട്.

ഷാനെറ്റ് അടുത്തു വന്നിരിക്കുന്നു. "ഇപ്പോഴെങ്ങനെ, സുഖം തോന്നുന്നുണ്ടോ, പുറത്തേക്കിറങ്ങിയാലോ, അല്പം കാറ്റുകൊള്ളാം."

ഈ റോഡ് ഇത്രയും വിജനവും നിശ്ശബ്ദവും ആയത് എന്തുകൊണ്ടാണ്? ഈ വഴിവിളക്കുകൾ മറ്റേതോ യുഗത്തിൽനിന്നുള്ളവയാണോ? ആ കയറ്റത്തിലൂടെ കുറച്ചു ദൂരം നടന്നാൽ പിന്നെ പ്രഭാപൂരമായി. ആകാശത്തിലേക്കുയർന്നു നിൽക്കുന്ന ജാജ്ജ്വല്യമാനമായ *ലോകൈകനഗനസുന്ദരികൾ* എന്ന പരസ്യപ്പലക. മൂളോ റോഷിനു മുന്നിൽ ടൂറിസ്റ്റ് ബസ്സുകളുടെ തിക്കും തിരക്കും. ഹോ. വയ്യ. ഈ കോലാഹലങ്ങളൊന്നും എനിക്കു വേണ്ട. ഞാൻ ഷാനെറ്റിനോടു പറഞ്ഞു.

"നമുക്ക് അപ്പുറത്തെ ചെരുവിലൂടെ പോകാം."

ദീപമാലകൾ തുടങ്ങുന്ന നോട്ര്-ഡാം ലോറെറ്റ് റോഡറ്റം വരെ നടന്ന് കവല ചുറ്റി വളഞ്ഞ് ചെരുവിലൂടെ ഞങ്ങൾ താഴേക്കിറങ്ങി. ഇവിടത്തെ ഇരുട്ടും നിഴലും എന്നെ സമാശ്വസിപ്പിക്കുന്നുണ്ട്. അല്പമൊന്നു റിലാക്സ് ചെയ്താൽ മതി. എല്ലാം ശരിയാകും. ഷാനെറ്റ് എന്റെ കൈ പിടിച്ചമർത്തി. ഇറക്കം കഴിഞ്ഞ് ഞങ്ങൾ ടൂർഡിഡാം തിരിവിലെത്തിയിരിക്കുന്നു.

“അല്പം മഞ്ഞെടുത്താലോ”

മഞ്ഞോ? ഷാനെറ്റ് എന്താണീ പറയുന്നത്? എനിക്കു മനസ്സിലായില്ല. എന്തു മഞ്ഞ്? മഞ്ഞു വീഴുന്നെന്നോ? ഈ നിശ്ശബ്ദതയ്ക്കു കട്ടികൂട്ടാനായി മഞ്ഞു പൊഴിയാൻ പോകുന്നെന്നോ? ഞങ്ങളുടെ കാൽക്കീഴിൽ പൊടിമഞ്ഞ് ഞെരിഞ്ഞമരുന്ന ശബ്ദം കേൾക്കാനുണ്ടോ? ദൂരെയെവിടെയോ പള്ളിമണിയടിച്ചു. കുർബ്ബാനയ്ക്കുള്ള വിളിയാണോ? ഷാനെറ്റാണ് എന്നെ നയിച്ചുകൊണ്ടുപോകുന്നത്. ഞാനവൾക്കു വഴങ്ങിക്കൊടുക്കുന്നു. ഇപ്പോൾ ഓമൽറോഡിലെ കെട്ടിടങ്ങളൊക്കെ എന്താണിത്ര കറുത്തു നിൽക്കുന്നത്? എല്ലാം ഒരുപോലുണ്ട്. മുന്നിലും പിറകിലും ഇരുവശത്തുമൊക്കെ ഇരുട്ട്. കനത്ത കട്ടപിടിച്ച ഇരുട്ട്. “വരൂ, എന്റെ മുറിയിലേക്കു പോകാം. അവിടെച്ചെന്ന് നമുക്കല്പം മഞ്ഞെടുക്കാം.”

റൂമിലെത്തട്ടെ, എന്നിട്ട് അവളോടു ചോദിക്കണം, എന്താണീ മഞ്ഞെടുക്കൽ. കറുത്ത ചുമരുകൾ, അതുകൊണ്ടാണോ വല്ലാതെ തണുപ്പടിക്കുന്നത്? ഞാനെന്താ സ്വപ്നത്തിൽ നടക്കുകയാണോ? അതുകൊണ്ടാണോ ചുവടുകളുടെ മാറ്റൊലി കേൾക്കാനാകുന്നത്?

അതിനുശേഷവും പലതവണ അവളോടൊപ്പവും തനിച്ചും ആ വഴി പോയിട്ടുണ്ട്. ചിലപ്പോൾ രാവിലെ അതല്ലെങ്കിൽ വൈകി രാത്രി അവളോടൊപ്പം. ലെഫരിയാർ റോഡിലായിരുന്നു അവളുടെ ലോഡ്ജ്. കൈമുട്ടു മടക്കിവച്ചപോലൊരു റോഡ്. എല്ലാത്തിൽനിന്നും അകന്ന് ഒന്നാം ഇറക്കത്തിൽ. ഈ ലിഫ്റ്റ് എത്ര പതുക്കേയാണ് നീങ്ങുന്നത്. മുകളിലത്തെ നിലയിലാണ് ഷാനെറ്റിന്റെ മുറി. ലിഫ്റ്റ് അവിടെ നിന്നില്ലെങ്കിലോ? അവളെന്റെ കാതിൽ മൊഴിഞ്ഞു

“നീ കണ്ടോ, എല്ലാം ശരിയാകും. മഞ്ഞെടുത്താൽ മതി.”

ഇടനാഴിയിൽ എന്തൊരു ഇരുട്ടാണ്. അവളുടെ കൈകൾ വിറയ്ക്കുന്നു. വല്ലാത്ത സംഭ്രമം. താഴിലേക്കു ചാവി തിരുകാനാവുന്നില്ല.

“എന്നെക്കൊണ്ടാവുന്നില്ല, നീയൊന്നു ശ്രമിച്ചുനോക്ക്.”

അവളുടെ ശബ്ദത്തിന് വല്ലാത്ത ഇടർച്ച. ചാവി താഴെ വീണിരിക്കുന്നു. ഞാൻ കുനിഞ്ഞ് അതു പരതിയെടുത്തു. എങ്ങനെയോ പൂട്ടു തുറന്നു. അകത്ത് മച്ചിൽ നിന്നു പൊഴിയുന്ന മഞ്ഞ വെളിച്ചം. കിടക്ക തട്ടിക്കുടഞ്ഞു വിരിച്ചിട്ടില്ല. ജനാലവിരികൾ മൂടിയിട്ടിരിക്കുന്നു. കിടക്കയ്ക്കു സമീപമുള്ള കൊച്ചുമേശയിൽ നിന്നു അവളൊരു ചെറിയ ലോഹച്ചെപ്പ് പുറത്തെടുത്തു. അതിനകത്ത് വെളുത്ത പൊടി. അതാണത്രെ മഞ്ഞ്. അത് മണപ്പിക്കാൻ അവളെന്നോടു പറഞ്ഞു. കുറച്ചുകഴിഞ്ഞപ്പാൾ എനിക്കു നല്ല ഉന്മേഷം തോന്നി. മനസ്സിന് ലാഘവവും. അല്പംമുമ്പ് അനുഭവപ്പെട്ട ഉദ്വേഗവും വിഷാദവും ശൂന്യതയും ഇനിയൊരിക്കലും തിരിച്ചുവരാത്തവിധം എങ്ങോ പോയിമറഞ്ഞു. ബ്ലോഷ് കവലയിലെ ഫാർമസിസ്റ്റ് ശക്തിക്ഷയത്തിന്റെ കാര്യം പറഞ്ഞതു മുതൽ ഞാനും നിശ്ചയിച്ചതാണ് - കരുത്തു നേടണം, എന്നോടുതന്നെ പൊരുതി ജയിക്കണം, നിയന്ത്രണം വീണ്ടെടുക്കണം എന്നൊക്കെ. വളരെ ബുദ്ധിമുട്ടുള്ള കാര്യമാണ്. പക്ഷേ, ചെയ്തേ തീരൂ. മുങ്ങിത്താഴണോ അതോ നീന്തിക്കയറണോ? ഞാൻ വീണാലും മറ്റുള്ളവർ അവരുടെ പാട്ടിന് ക്ലിഷി റോഡിലൂടെ നടന്നു പോകും. അങ്ങനെയല്ലെന്നു വിചാരിക്കുന്നത് ആത്മവഞ്ചനയാകും. പക്ഷേ, ഇനി ഈ സ്ഥിതിയൊക്കെ മാറും. അതു മാത്രമോ ഈ പാതകളൊക്കെ പൊടുന്നനെ ഇടുങ്ങിയതുപോലെ.

ക്ലിഷി ബുലേവാഡിൽ ഒരു പുസ്തകക്കടയുണ്ടായിരുന്നു. അർധരാത്രി കഴിഞ്ഞ് ഒരുമണിവരെ തുറന്നിരിക്കും. വളരെ ലളിതമായ നെയിംബോർഡ് *മേറ്റി* ഉടമസ്ഥന്റെ പേരാണോ എന്തോ? കൗണ്ടറിൽ സദാ വായനയിൽ മുഴുകിയിരുന്ന മീശക്കാരനോട് അക്കാര്യം ചോദിക്കാനുള്ള ധൈര്യം

എനിക്കുണ്ടായില്ല. കോട്ടണിഞ്ഞ തവിട്ടുനിറക്കാരൻ, പോസ്റ്റു കാർഡുകളും കടലാസും മറ്റു സ്റ്റേഷനറി സാധനങ്ങളും വാങ്ങിക്കാനെത്തിയവർ എപ്പോഴും അയാളുടെ വായനയെ തടസ്സപ്പെടുത്തിക്കൊണ്ടിരുന്നു. ഞാൻ ചെല്ലാറുണ്ടായിരുന്ന നേരങ്ങളിൽ പൊതുവേ ആരും ഉണ്ടാവാറില്ലായിരുന്നു. മിന്യൂയി ഷാസോണിൽ നിന്നു പുറത്തു വന്ന ഏതാനും ചിലരല്ലാതെ. പലപ്പോഴും പുസ്തകക്കടയിൽ ഞങ്ങളിരു വരും മാത്രമേ ഉണ്ടാവൂ. കടയുടെ മുൻവശത്ത് പ്രദർശിപ്പി ച്ചിരുന്ന പുസ്തകങ്ങൾ സയൻസ് ഫിക്ഷനായിരുന്നെന്ന് എനിക്കു മനസ്സിലായി. അവ വായിക്കാൻ അയാളെന്നോടു പറഞ്ഞു. ചില പേരുകളൊക്കെ എനിക്കോർമയുണ്ട്. ആകാശത്തിലെ വെള്ളാരങ്കല്ല്. കപ്പലിലെ കള്ളൻ. ശൂന്യത യിലെ ആക്രമികൾ. ഞാൻ ഒന്നേ കൈവശം വച്ചുള്ളു. അദ്ഭുതരത്നങ്ങൾ.

ഒരു ദിവസം ജനാലയ്ക്കടുത്തുള്ള ഷെൽഫിൽ ഓറഞ്ചു കവറുള്ളൊരു പുസ്തകം ഞാൻ കണ്ടെത്തി. *അനന്തത യിലേക്കുള്ള യാത്ര*. ഇന്നും അതെന്റെ കൈയിലുണ്ട്. ഒരു ശനിയാഴ്ച രാത്രിയാണ് ഞാനത് വാങ്ങിക്കാൻ തീരുമാനി ച്ചത്. പുസ്തകക്കടയിൽ ഞാനും അയാളും മാത്രമേയുള്ളു. ബുലെവാഡിലെ ശബ്ദങ്ങൾ കടയിലേക്ക് ഒഴുകിവരുന്നു. അങ്ങ് ദൂരെ വെള്ളയും നീലയും കലർന്ന പരസ്യപ്പലക. വായനയിൽ മുഴുകിയിരുന്ന അയാളെ ശല്യപ്പെടുത്താൻ എനിക്കു ധൈര്യംപോരാ. പുസ്തകവും കൈയിൽ പിടിച്ച് പത്തുമിനിറ്റോളം അയാളുടെ മുന്നിൽ നിന്നു കാണും. അവ സാനം അയാൾ തലയുയർത്തിയപ്പോൾ ഞാൻ പുസ്തകം നീട്ടി. അയാൾ പ്രസന്നതയോടെ പറഞ്ഞു. "അനന്തതയി ലേക്കു യാത്ര പോണോ? ശരി, ആയിക്കോട്ടെ." പൈസ മേശപ്പുറത്തു വയ്ക്കാൻ തുടങ്ങിയപ്പോൾ അയാൾ കൈയു യർത്തി വിലക്കി. "വേണ്ട, വേണ്ട ഇതെന്റെ വകയാവട്ടെ. മാത്രമല്ല ശുഭയാത്രയും നേരുന്നു."

ഈ പുസ്തകക്കട എന്റെ ജീവിതത്തിലെ അഭയസ്ഥാനം മാത്രമല്ല ഒരു നാഴികക്കല്ലുകൂടിയായിരുന്നു. കടയടയ്ക്കു ന്നതുവരെ ഞാൻ പലപ്പോഴും അവിടെയിരുന്നു. ഷെൽഫി നടുത്തേക്കു വലിച്ചിട്ട കസേരയിലോ ഒരു വലിയ സ്റ്റൂളിലോ

ഇരുന്ന് പുസ്തകങ്ങൾ മറിച്ചു നോക്കി. ഞാനിവിടെ ഇരിപ്പുണ്ടെന്ന കാര്യത്തെക്കുറിച്ച് അയാൾ ബോധവാനായിരുന്നോ എന്തോ. ഒരുപാടുനാളുകൾ കഴിഞ്ഞ് സ്വന്തം വായന തടസ്സപ്പെടുത്താതെത്തന്നെ അയാളെന്നോടു ചോദിച്ചു. "എന്നിട്ടെന്തായി? സന്തോഷം കണ്ടെത്താനായോ?" പിന്നീടൊരിക്കൽ മറ്റാരോ എന്നോടു പറഞ്ഞു- അയാളുടെ വാക്കുകൾ ഓർമയുണ്ടാവാം, പക്ഷേ, സ്വരത്തിൽ എന്താണ് ധ്വനിച്ചിരുന്നതെന്ന് ഓർത്തെടുക്കാനാവില്ല. ഇന്നും നിദ്രാവിഹീനമായ രാത്രികളിൽ അയാളുടെ പാരീഷ്യൻ ചുവയുള്ള സ്വരം എനിക്കു കേൾക്കാം. *സന്തോഷം കണ്ടെത്താനായോ?* വാക്കുകളിലെ കനിവോ മാസ്മരികതയോ തെല്ലും നഷ്ടമാകാതെയുള്ള ചോദ്യം.

വൈകുന്നേരത്ത് പുസ്തകക്കടയിൽ നിന്നിറങ്ങി നടന്നെത്തിയത് ക്ലീഷ് ബുലേവാഡിൽ. അതിശയമായിരിക്കുന്നു. എനിക്ക് കാൻടറിലേക്ക് തിരികെ പോകണമെന്നില്ല. കാലുകൾ എന്നെ എതിർദിശയിലേക്ക് വലിച്ചിഴക്കയാണ്. എനിക്കിപ്പോൾ കയറ്റങ്ങളും പടവുകളും കയറുന്നതിൽ സുഖം തോന്നുന്നു. ഓരോ ചുവടും എണ്ണിയെണ്ണി കയറി. മുപ്പതിലെത്തി. ഹാവൂ! രക്ഷപ്പെട്ടിരിക്കുന്നു. കുറെക്കാലം കഴിഞ്ഞ് ഗി ദു വേരെ എന്നോട് *നഷ്ടചക്രവാളങ്ങൾ* വായിക്കാൻ ആവശ്യപ്പെട്ടു. ജീവിതരഹസ്യത്തെക്കുറിച്ചറിയാൻ തിബത്തിലെ പർവ്വതങ്ങൾ കയറി ഷാങ്ഗ്രിലാ മഠത്തിൽ ചെല്ലുന്നവരുടെ കഥ. പക്ഷേ, അത്ര ദൂരേക്കൊന്നും പോകേണ്ട ആവശ്യമില്ല. ഞാനെന്റെ രാത്രി സഞ്ചാരങ്ങളെക്കുറിച്ചാലോചിച്ചു. എന്റെ തിബത്ത് മോമാർട്ടാണ്. ഗൂലാങ്കോർ കയറ്റം മനസ്സിലാക്കാനായാൽ മതിയെനിക്ക്. അങ്ങു മുകളിൽ ബ്രൂയില്ലാ കോട്ടയ്ക്കു മുന്നിൽവച്ചാണ് ജീവിതത്തിലാദ്യമായി എനിക്ക് സ്വതന്ത്രമായി ശ്വസിക്കാനായത്. ഒരു ദിവസം അതിരാവിലെ ഞാൻ കാൻടറിൽനിന്ന് ഓടിരക്ഷപ്പെട്ടു. ഞാനും ഷാനെറ്റും അവിടെ അക്കാദിനേയും മാരിയോബേയേയും കാത്തിരിക്കയായിരുന്നു. ഞങ്ങളെ കബാസ്സുഡിലേക്ക് കൊണ്ടുപോകാനായി അവരെത്തും. കൂടെ ഗോഡിംഗറും മറ്റൊരു പെൺകുട്ടിയും ഉണ്ടാകും. എനിക്ക് ശ്വാസം മുട്ടുംപോലെ. അല്പം ശുദ്ധവായു ശ്വസിക്കാനെന്നു

നുണ പറഞ്ഞ് ഞാൻ പുറത്തിറങ്ങി. ഇറങ്ങിയതും ഓട്ടം പിടിച്ചു. കവലയിലെ നിയോൺ വിളക്കുകളൊക്കെ - മൂളാ റോഷിലേതടക്കം - കെട്ടുകഴിഞ്ഞിരുന്നു. ഞാൻ മദ്യത്തിനും മഞ്ഞിനും കീഴ്പ്പെട്ടിരിക്കുന്നു. അവ വാങ്ങാനുള്ള സാമ്പത്തികശേഷി എനിക്കില്ലതാനും. ബ്രൂയില്ലാകോട്ട നിന്നിരുന്ന കുന്നിൻമുകളിലേക്കു ഞാൻ ഓടിക്കയറി. കാൻടറിലുള്ള വരുമായി ഒരിക്കലും കൂട്ടുകൂടുകയില്ലെന്ന് ഞാൻ നിശ്ചയിച്ചു. പിന്നീടോരോ തവണയും ബന്ധങ്ങൾ വെട്ടിയകറ്റുമ്പോൾ അത്തരം ഹർഷോന്മാദം എനിക്കനുഭവപ്പെട്ടിട്ടുണ്ട്. അന്ന് ഓടി രക്ഷപ്പെട്ട ആ നിമിഷം എനിക്കു ഞാനെന്ന ബോധമുണ്ടായി. ശരിയാണ്, എന്റെ ഓർമകളിൽ മിക്കവയും ഓടിയൊളിക്കുന്നതിന്റേയോ തെണ്ടിത്തിരിയലിന്റേയോ ആണ്. പക്ഷേ, എന്നും തെണ്ടിത്തിരിയലിനായിരുന്നു മുൻതൂക്കം. അന്ന് ഓടി രക്ഷപ്പെട്ട് ബ്രൂയില്ലാകോട്ടയ്ക്കു മുന്നിലെത്തിയപ്പോൾ ആരോ എന്നെ കാണാനായി കാത്തുനിൽക്കുന്നുണ്ടെന്നും അത് പുതിയ തുടക്കം കുറിക്കുമെന്നും ഉള്ള ഉറപ്പ് എന്റെ മനസ്സിൽ നിറഞ്ഞുനിന്നു.

അല്പം കൂടി കയറിയാൽ മറ്റൊരു റോഡുണ്ട്. ഞാനെന്നെങ്കിലും അവിടേക്ക് തിരിച്ചുചെല്ലും. അന്ന് ഞാനവിടേക്കു ചെന്നു. കൂടിക്കാഴ്ച അവിടെവച്ചാണ്. വീട്ടുനമ്പർ അറിയില്ല. അതത്ര വലിയ കാര്യമല്ല. ഒരടയാളം ലഭിക്കാനായി കാത്തുനിൽക്കയാണ് ഞാൻ. ശിഖരത്തിന്റെ അരികുപറ്റി ആകാശത്തേക്കു തുറന്നുകിടക്കുന്ന റോഡ്. സ്വപ്നത്തിലെന്നതുപോലെ മനസ്സിനെന്തൊരു ലാഘവം. പേടിക്കാനൊന്നുമില്ല. കാര്യമായ അപകടങ്ങളില്ല. ഇനിയെന്തെങ്കിലും സംഭവിച്ചാൽത്തന്നെ നിങ്ങൾ ഉണർന്നുപോകുകയേയുള്ളു. ആർക്കും നിങ്ങളെ ജയിക്കാനാവില്ല. ഞാൻ നടന്നു. എനിക്കു പോകണം. അങ്ങേയറ്റംവരെ എനിക്കു പോകണം. നീലാകാശത്തിനും ശൂന്യതയ്ക്കുമപ്പുറത്തേക്ക്. എന്റെ മനോനില പരിഭാഷപ്പെടുത്താൻ വാക്കുകൾക്കാവുന്നുണ്ടോ? എനിക്ക് വളരെ കുറച്ചു വാക്കുകളേ അറിയൂ. മദ്യലഹരി? നിർവൃതി? ഹർഷോന്മാദം? അതെന്തോ ആവട്ടെ. എനിക്ക് ഈ പാത പരിചയമുണ്ട്. ഞാനിതിനുമുമ്പ് ഇതിലൂടെ നടന്നുപോയിട്ടുണ്ട്. താമസിയാതെ ഞാനാ ശിഖരത്തിലെത്തും.

എന്നിട്ട് ശൂന്യതയിലേക്ക് കുതിച്ചു ചാടും. അന്തരീക്ഷത്തിൽ ഒഴുകി നടക്കുക ആഹാ! അതെത്ര രസകരമായിരിക്കും. ഞാനിത്രയും കാലം അറിയാനാഗ്രഹിച്ച, അന്വേഷിച്ചുനടന്ന ഭാരമില്ലായ്മ. ആ പരമാനന്ദം എനിക്കറിയാനാകും. ആ പ്രഭാതം ഇന്നും എനിക്ക് തെളിവായി ഓർക്കാനാകുന്നുണ്ട്. ഈ പാതയും അങ്ങേയറ്റത്ത് തുറസ്സായ ആകാശവും... ജീവിതം മുന്നോട്ടു പൊയ്ക്കൊണ്ടിരിക്കുന്നു. എന്തൊക്കെ ഉയർച്ചതാഴ്ചകൾ. ഗി ദു വേരെ വായ്പ തന്ന ഒരു പുസ്തകത്തിന്റെ പേര് *ലൂയിസാ ഡിന്യോ* എന്നായിരുന്നു. ലൂയിസാ വെറും നിസ്സാര. ലൂയിസ വട്ടപ്പൂജ്യം എന്നുമാകാം. ഞാൻ പേനയെടുത്ത് ലൂയിസയുടെ പേരു വെട്ടി എന്റെ പേരെഴുതിവച്ചു. *ജാക്ലിൻ ഡിന്യോ ജാക്ലിൻ* എന്ന വട്ടപ്പൂജ്യം.

നാല്

ഇരുട്ടത്തിരുന്ന് ഗ്രാമഫോൺ കേൾക്കുംപോലെയാണ് എനിക്കു തോന്നിയത്. അന്നു രാത്രി ഗി ദു വേരെയുടെ ഓഫീസുമുറിയിലായിരുന്നു യോഗം കൂടിയത്. വിളക്കുകൾ തെളിയിച്ചിരുന്നില്ല. അതോ വൈദ്യുതിത്തകരാറുണ്ടായിരുന്നോ എന്തോ. സാധാരണ എന്തെങ്കിലുമൊരു പ്രമാണമോ പുസ്തകമോ വായിച്ചു കേൾപ്പിക്കാറാണ് പതിവ്. അന്ന് വെളിച്ചമില്ലാഞ്ഞതു കാരണം അയാളെന്തൊക്കേയോ ഈണത്തിൽ പറഞ്ഞുകൊണ്ടിരുന്നു. ഇരുട്ടിൽ അയാളുടെ ശബ്ദം മാത്രം. 'ഗ്രാമഫോൺ' എന്നു വിശേഷിപ്പിക്കുന്നത് ഗി ദു വേരെയോടു ചെയ്യുന്ന അനീതിയാണ്. സത്യത്തിൽ സംഗതി അതിനേക്കാളും മെച്ചമായിരുന്നു. ഇക്കാര്യം കേട്ടിരുന്നെങ്കിൽ ഗി ദു വേരെ എന്നെ സ്നേഹപൂർവം ഗുണദോഷിച്ചിരുന്നേനെ 'ദേ റോളാങ്ങ്...'

മെഴുകുതിരികൾ കൊളുത്തിയശേഷം അയാൾ മേശയ്ക്കു പിറകിൽ കസേരയിൽ ചാരിയിരുന്നു. മേശയ്ക്കിപ്പുറം ഞങ്ങൾ നാലു പേർ. ആ പെൺകുട്ടി, ഞാൻ, പിന്നെ നാല്പതിലേക്കു കടന്ന ഭാര്യാഭർതൃജോടി... അവരിരുവരും വൃത്തിയായി വെടിപ്പായി ഉടുത്തൊരുങ്ങിയിരിക്കുന്നു. കണ്ടാൽ ബൂർഷ്വകളാണെന്നേ തോന്നൂ. ഞാനവളെ നോക്കി, ഞങ്ങളുടെ കണ്ണുകളിടഞ്ഞു. ഗി ദു വേരെ അപ്പോഴും സംസാരിക്കുകയാണ്. അല്പം മുന്നോട്ടു ചാഞ്ഞ് വളരെ സ്വാഭാവികമായ സർവസാധാരണമായ സംഭാഷണം. ഓരോ തവണ യോഗം കൂടുമ്പോഴും അയാൾ എന്തെങ്കിലുമൊക്കെ വായിച്ചു കേൾപ്പിക്കും. പിന്നീട് അതിന്റെയൊക്കെ പകർപ്പെടുത്ത് ഞങ്ങൾക്കു തരും.

അന്നത്തെ ആ താള് ഇന്നും എന്റെ കൈവശമുണ്ട്. കാരണം അന്നാണ് തന്റെ ഫോൺ നമ്പർ അവളെനിക്കു തന്നത്. താളിന്റെ ഏറ്റവും അടിയിലായി ചുവന്ന മഷിയിൽ ഞാനത് കുറിച്ചിടുകയും ചെയ്തു.

'ഏറ്റവുമധികം ഏകാഗ്രത ലഭിക്കുക കണ്ണടച്ച് കിടക്കുമ്പോഴാണ്. ബാഹ്യമായ ചെറുചലനങ്ങൾ പോലും മനസ്സിനെ ചാഞ്ചല്യപ്പെടുത്തും. മനസ്സ് വ്യാപരിക്കാൻ തുടങ്ങും. എഴുന്നേറ്റു നിൽക്കുമ്പോൾ കാലുകളിലൂടെ ഊർജവ്യയം സംഭവിക്കുന്നു. കണ്ണുകൾ തുറന്നിരിക്കുകയാണെങ്കിൽ ഏകാഗ്രത കുറയും...'

ചിരിയടക്കാൻ ഞാൻ ഏറെ പാടുപെട്ടു. അക്കാര്യം എനിക്കു നല്ല ഓർമയുണ്ട്, കാരണം ഇതിനുമുമ്പ് ഇങ്ങനെ ഉണ്ടായിട്ടില്ല. മെഴുകുതിരി വെളിച്ചം അന്തരീക്ഷത്തിന് അമിതമായ ഗൗരവം ചാർത്തിയിരിക്കുന്നു. ഞാനിടയ്ക്കിടെ അവളെ നോക്കുകയുണ്ടായി. പക്ഷേ, അവൾക്കു ചിരി വന്നതായി തോന്നിയില്ല. മറിച്ച് മുഖത്ത് വല്ലാത്ത അങ്കലാപ്പ്. ഈ പറയുന്നതൊരക്ഷരം മനസ്സിലാവുന്നില്ലല്ലോ എന്ന വേവലാതി. അവളുടെ ഗൗരവഭാവം എന്നിലേക്കും പടർന്നു. അല്പം മുമ്പ് ചിരിക്കാൻ തോന്നിയതിൽ എനിക്ക് വല്ലാത്ത ലജ്ജ തോന്നി. അഥവാ ചിരിച്ചിരുന്നെങ്കിൽ അത് എന്തൊക്കെ പൊല്ലാപ്പുകൾ ഉണ്ടാക്കിയേനെ. അവളുടെ കണ്ണുകളിലെ സഹായാഭ്യർഥനയോടൊപ്പം ഈ യോഗത്തിൽ പങ്കുചേരാൻ താൻ അർഹയാണോ എന്ന ചോദ്യവും ഞാൻ വായിച്ചെടുത്തു. ഗി ദു വേരെയുടെ ശബ്ദത്തിന് കനം കൂടിയിരിക്കുന്നു. അവളോടു മാത്രമാണെന്ന പോലെ അവളെത്തന്നെ ഉറ്റുനോക്കിയാണ് സംസാരം. പാവം അവൾ പേടിച്ചരണ്ട നിലയിലാണ്. ഒരു വേള എന്തെങ്കിലും ചോദ്യം ചോദിച്ചാലോ എന്നു ഭയന്നിട്ടാവാം. 'ആട്ടെ ഇനി നിങ്ങളുടെ അഭിപ്രായം കേൾക്കട്ടെ' എന്നു പറഞ്ഞാലോ.

വൈദ്യുതി തിരിച്ചു വന്നു. ഞങ്ങൾ കുറച്ചുനേരം കൂടി ഓഫീസുമുറിയിൽത്തന്നെയിരുന്നു. അത് പതിവുള്ളതല്ല. സാധാരണ സ്വീകരണമുറിയിലാണ് യോഗം കൂടാറ്. പത്തുപന്ത്രണ്ടു പേരുണ്ടാകും. അന്ന് ഞങ്ങൾ നാലുപേരെ

ഉണ്ടായിരുന്നുള്ളു, അതുകൊണ്ടാവാം യോഗം ഓഫീസു മുറിയിലാവട്ടെയെന്ന് ഗി ദു വേരെ തീരുമാനിച്ചത്. ഇത് യാദൃച്ഛികമായ കൂടിക്കാഴ്ചയായിരുന്നു. പതിവായി യോഗ ത്തിൽ പങ്കെടുക്കുന്നവർക്ക് ക്ഷണപ്പത്രം ലഭിക്കും ഒന്നു കിൽ അത് വീട്ടിലെത്തും അതല്ലെങ്കിൽ വേഗാ ബുക് സ്റ്റോറിൽ കൊടുത്തേല്പിച്ചിരിക്കും. ചില ക്ഷണക്കത്തുകൾ ഞാൻ സൂക്ഷിച്ചുവെച്ചിട്ടുണ്ട്. ഇന്നലെ ഒരെണ്ണം കൈയിൽ തടയുകയുണ്ടായി.

പ്രിയപ്പെട്ട റോളാങ്ങ്

ജനുവരി 16 വ്യാഴാഴ്ച രാത്രി എട്ടു മണിക്കുള്ള യോഗ ത്തിൽ പങ്കുചേരാൻ നിങ്ങളെ ക്ഷണിച്ചുകൊള്ളുന്നു.

ഗി ദു വേരെ
5, ലോവെൻഡാൽ ചത്വരം (വാർഡ് 15)
ഇടതുവശത്തെ രണ്ടാമത്തെ കെട്ടിടം, മൂന്നാമത്തെനില

കട്ടിയുള്ള വെള്ളക്കാർഡ്, സാധാരണ ക്ഷണക്കത്തു കൾക്ക് ഉപയോഗിക്കാറുള്ള ബ്രിസ്റ്റൾ കാർഡ്. എല്ലാ തവണയും ഒരേ വലിപ്പത്തിൽ...

ദമ്പതിമാർക്കും ഗി ദു വേരെക്കും ഞങ്ങളേക്കാളും ഇരു പതു വയസ്സെങ്കിലും കൂടുതൽ പ്രായമുണ്ട്. അന്ന് രാത്രി യോഗം കഴിഞ്ഞ് ഗി ദു വേരെ ഞങ്ങളോടൊപ്പം അപ്പാർട്ടു മെന്റിന്റെ വാതിലു വരെ വന്നു. ലിഫ്റ്റിൽ നാലു പേർക്കു കയറാനാവില്ല, അതിനാൽ ഞാനും ലൂക്കിയും കോണി പ്പടികളിലൂടെ താഴേക്കിറങ്ങി.

വലിയ അപ്പാർട്ടുമെന്റ് കോംപ്ലക്സാണ്. ഒരേ നിറവും രൂപവും വലിപ്പവുമുള്ള അനവധി ബഹുനിലക്കെട്ടിടങ്ങൾ. എല്ലാത്തിനും ഒരേതരത്തിലുള്ള ജനാലകൾ, ഇരുമ്പു വാതിലുകൾ, പൂമുഖവിളക്കുകൾ. ഗേറ്റു കടന്ന് ഞങ്ങൾ റോഡിലേക്കിറങ്ങി. അലക്സാണ്ടർ കാബനെൽ ചത്വരം. ഇക്കാര്യം എടുത്തു പറയേണ്ടിയിരിക്കുന്നു. കാരണം ഇവിടെ വെച്ചാണ് ഞങ്ങളുടെ പരിചയം തുടങ്ങിയത്. പര സ്പരം എന്തു പറയണമെന്നറിയാതെ ഞങ്ങളങ്ങനെ അല്പ നേരം നിന്നു. എനിക്ക് അവളോടൊപ്പം കുറച്ചു സമയം

കൂടി ചെലവഴിച്ചാൽ കൊള്ളാമെന്നുണ്ടായിരുന്നു. ഒടുവിൽ ഞാനാണ് മൗനം ഭേദിച്ചത്.

''ഇവിടെ അടുത്താണോ താമസം?''

''അല്ല, അങ്ങ് ലെറ്റ്വായിൽ ഭാഗത്താണ്.''

തേടിയവള്ളി കാലിൽ ചുറ്റിയിരിക്കുന്നു. ഞാൻ പറഞ്ഞു

''എന്നാപ്പിന്നെ നമുക്കൊരുമിച്ചു പോകാം. ഞാനും ആ ഭാഗത്തേക്കാണ്.''

ഞങ്ങൾ മേൽപ്പാലത്തിനു താഴെ ഗ്രിനെൽ ബുളേവാഡിലൂടെ നടന്നു. അവളാണ് പറഞ്ഞത് ഈ വഴിക്കു നടക്കാമെന്ന്. ലെറ്റ്വായിലിലേക്കുള്ള മെട്രോ ഇതു വഴിയാണ് പോകുക. നടന്നു ക്ഷീണിച്ചാൽ അതിൽ കയറിപ്പോകാമല്ലോ. അന്ന് ഞായറാഴ്ചയോ അവധിദിവസമോ ആയിരുന്നു. റോഡിൽ വാഹനത്തിരക്കില്ല. കഫേകളൊക്കെ അടച്ചു കഴിഞ്ഞിരിക്കുന്നു. അതെന്തായാലും രാത്രിനേരത്ത് വിജനമായ നഗരത്തിലൂടെ ഞങ്ങളിരുവരും നടക്കുന്നതാണ് എന്റെ ഓർമയിൽ തങ്ങി നിൽക്കുന്നത്.

ആ കൂടിക്കാഴ്ചയെപ്പറ്റി ഇപ്പോൾ ചിന്തിക്കുമ്പോൾ മറ്റൊരു കാര്യം കൂടി ഓർമയിലേക്കോടിയെത്തുന്നു ആലംബഹീനരായ രണ്ട് ഏകാന്തജീവികളുടെ കണ്ടുമുട്ടലായിരുന്നില്ലെ അതെന്ന്. ഞാനവളോടു ചോദിച്ചു.

''ഗി ദു വേരെയെ കുറേക്കാലമായി പരിചയമുണ്ടോ?''

"ഇല്ല, ഒരു സുഹൃത്തു വഴി... ഈ കൊല്ലം തുടക്കത്തിൽ... നിങ്ങൾക്കോ?"

"എനിക്കോ? എനിക്ക് വേഗാ ബുക് ഷോപ്പിൽ നിന്നാണ് വിവരം കിട്ടിയത്."

സാജെർമാൻ ബുളേവാഡിലെ വേഗാ പുസ്തകക്കടയെക്കുറിച്ച് അവൾക്ക് അറിയില്ലായിരുന്നു. പുസ്തകക്കടയുടെ ചില്ലുജാലകത്തിൽ നീല നിറത്തിൽ എഴുതിയിട്ടുണ്ട് - *പൗരസ്ത്യ മതങ്ങൾ: വിചിന്തനം*. അവിടെ വെച്ചാണ് ഞാനാദ്യമായി ഗി ദു വേരെയെക്കുറിച്ച് കേട്ടത്. ഒരു ദിവസം വൈകുന്നേരം. അടുക്കിവെച്ചിരുന്ന കാർഡുകളിൽ നിന്ന് ഒരെണ്ണമെടുത്ത് പുസ്തകക്കടക്കാരൻ എനിക്കു തന്നു.

ഗി ദു വേരെയുടെ സമ്മേളനത്തിനുള്ള ക്ഷണപ്പത്രം 'നിങ്ങളേപ്പോലുള്ളവർക്ക്'. എന്നാണ് അയാൾ പറഞ്ഞത്. അയാളോടു ചോദിക്കണമെന്നുണ്ടായിരുന്നു 'എന്നെപ്പോലെയുള്ളവർക്ക്' എന്നതുകൊണ്ട് എന്താണ് ഉദ്ദേശിക്കുന്നതെന്ന്. പക്ഷേ ചോദിച്ചില്ല. അയാളുടെ കണ്ണുകളിൽ പരിഹാസമായിരുന്നില്ല, കനിവായിരുന്നു... എനിക്കു വേണ്ടി ഗി ദു വേരെയോട് ശുപാർശ ചെയ്യാമെന്നും പറഞ്ഞു.

"നിങ്ങളു പറയുന്ന ഈ പുസ്തകക്കട – അതു കൊള്ളാമോ?"

അവളുടെ സ്വരത്തിൽ ഒരല്പം പരിഹാസം ധ്വനിച്ചിരുന്നോ? ഹേയ്, അതല്ല, പാരീഷ്യൻ സംസാരശൈലി അങ്ങനെ ധ്വനിപ്പിച്ചതാവാം.

"ഉവ്വുവ്വ് അവിടെ ഒരുപാടു രസികൻ പുസ്തകങ്ങളുണ്ട്, ഒരിക്കൽ നിങ്ങളേയും കൂട്ടിക്കൊണ്ടു പോകാം."

അവളെക്കുറിച്ച് കൂടുതലറിയാൻ, വായിക്കുന്ന പുസ്തകങ്ങൾ, ഗി ദു വേരെയുടെ യോഗങ്ങളിലേക്ക് അവളെ ആകർഷിക്കുന്നതെന്ത് എന്നൊക്കെ അറിയാൻ, എനിക്കു താത്പര്യം തോന്നി. ഗി ദു വേരെ വായിക്കാൻ നിർദ്ദേശിച്ച ആദ്യത്തെ പുസ്തകം *ഒറിസോൺ പെർഡ്യൂ* ആയിരുന്നത്രെ. *നഷ്ടചക്രവാളം*. അതവൾ അതീവശ്രദ്ധയോടെ വായിക്കുകയും ചെയ്തു. മുമ്പൊരിക്കൽ യോഗത്തിൽ പങ്കുചേരാൻ മറ്റുള്ളവരേക്കാളും നേരത്തെ അവളെത്തി. ഗി ദു വേരെ അവളെ പഠനമുറിയിലേക്കു കൂട്ടിക്കൊണ്ടു പോയി. ചുമരു നിറച്ചും പുസ്തക അലമാരികൾ. അവൾക്കു നല്കാനായി പുസ്തകം തിരയുന്നതിനിടയിൽ എന്തോ ഓർമ വന്നപോലെ മേശയിലേക്കു തിരിഞ്ഞു. അവിടെ അടുക്കും ചിട്ടയുമില്ലാതെ കിടന്ന കടലാസുകൾക്കും ഫയലുകൾക്കുമിടയിൽ നിന്ന് ഒരു പുസ്തകം വലിച്ചെടുത്തു. എന്നിട്ടു പറഞ്ഞു "ഇതു വായിച്ചു നോക്കൂ. എന്നിട്ട് അഭിപ്രായം പറയണം. നിങ്ങളുടെ അഭിപ്രായമറിയാൻ എനിക്കു കൗതുകമുണ്ട്." അവൾ വല്ലാതെ പേടിച്ചു പോയി. ഗി ദു വേരെ എപ്പോഴും ഇങ്ങനെയാണ്. എല്ലാവർക്കും തന്നോളം പഠിപ്പും വിവരവുമുണ്ടെന്ന മട്ടിലാണ് സംസാരം. ഇതെത്ര കാലത്തേക്ക്? താമസിയാതെ അയാൾക്കു

മനസ്സിലാകും താനത്രയ്ക്കൊന്നും ബുദ്ധിമതിയല്ലെന്ന്. അയാളു തന്ന പുസ്തകമെന്താണെന്നോ? *ലൂയിസാ ഡിന്യോ* നിസ്സാരയായ ലൂയിസാ. ഈ പുസ്തകത്തെക്കുറിച്ച് കേട്ടിട്ടില്ല? ഒരു കന്യാസ്ത്രീയുടെ ജീവിതകഥയാണിത്. അവരെഴുതിയ കത്തുകളുമുണ്ട്. പേജുകൾ ക്രമത്തിലല്ല വായിച്ചത്. ഓരോ തവണയും പുസ്തകം തുറക്കുമ്പോൾ ഏതു പേജോ അതു വായിച്ചു. ചില പേജുകളൊക്കെ വളരെ ഹൃദയസ്പർശിയാണ്. മറ്റേ പുസ്തകവും *ഒറിസോൺ പെർഡ്യു*, അതും നന്നായിരുന്നു. ഗി ദു വേരെയെ പരിചയപ്പെടുന്നതിനുമുമ്പ് സയൻസ് ഫിക്ഷൻ വായിക്കാറുണ്ടായിരുന്നു, പിന്നെ ജ്യോതിശാസ്ത്രത്തെ സംബന്ധിച്ച പുസ്തകങ്ങൾ. അതേയോ? ആഹാ! എന്തൊരതിശയം! എനിക്കും ജ്യോതിശാസ്ത്രം വളരെ ഇഷ്ടമാണ്.

ബിർഹാകെം സ്റ്റേഷനിലെത്തി, മെട്രോയിൽ കയറാനാണോ അതോ കാൽനടക്കാർക്കുള്ള പാലത്തിലൂടെ സെയിൻനദി മുറിച്ചുകടക്കാനാണോ അവളുടെ ഭാവം? ഞങ്ങളുടെ തലയ്ക്കു മുകളിലൂടെ കടകടാ ശബ്ദവുമായി തുരുതുരാ ട്രെയിനുകൾ കടന്നുപോയി. ഞങ്ങൾ പാലത്തിലേക്കു കയറി. ഞാൻ പറഞ്ഞു

''ഞാനും ലെറ്റ്വായിൽ ഭാഗത്താണ് താമസം. ഒരുവേള നിങ്ങളുടെ വീട്ടിനടുത്താവും.''

അവളൊന്നു പരുങ്ങി. തന്നെ അലട്ടുന്ന എന്തോ ഒരു കാര്യം എന്നോടു പറയാനുണ്ടെന്ന മട്ടിൽ.

''അത്... എനിക്ക്... ഞാൻ വിവാഹിതയാണ്.... ഭർത്താവിനോടൊപ്പം ന്യൂയിയിലാണ് താമസം.''

എന്തോ കുറ്റസമ്മതം നടത്തുന്ന ഭാവം.

''കുറെക്കാലമായോ കല്യാണം കഴിഞ്ഞിട്ട്?''

''ഇല്ല അധികമൊന്നും ആയിട്ടില്ല... ഇക്കഴിഞ്ഞ ഏപ്രിലിൽ.''

ഞങ്ങൾ നടത്തം തുടർന്നു. പാലത്തിനു നടുവിലെത്തിയിരിക്കുന്നു. ഇവിടെ നിന്ന് താഴെ സിന്യ അവെന്യൂവിലേക്ക് ഇറങ്ങിച്ചെല്ലാനുള്ള കല്പടവുകൾ. സിന്യ അവെന്യു

- അരയന്നപ്പാത. സെയിൻ നദിയുടെ മാറിലൂടെയുള്ള അരയന്നപ്പാത. അവൾ പടവുകളിറങ്ങുകയാണ്. പിന്നാലെ ഞാനും. മുൻകൂട്ടി നിശ്ചയിച്ചുറപ്പിച്ച കൂടിക്കാഴ്ചയ്ക്ക് പോകുമ്പോലെ ഉറച്ച കാൽവെയ്പുകൾ. അവളെന്നോട് ചറുപിറുന്നനെ സംസാരിക്കുവാൻ തുടങ്ങി.

‘‘ഞാൻ ജോലിയന്വേഷിക്കുകയായിരുന്നു... പത്രത്തിൽ പരസ്യം കണ്ടു... സെക്രട്ടറി....താത്കാലിക ഒഴിവ്....’’

ഞങ്ങൾ സിന്യ അവെന്യുവിലൂടെ നടക്കുകയാണ്. ഇരുവശത്തും സെയിൻ നദിയൊഴുകുന്നു, അങ്ങ് ദൂരെ ഇരുകരകളിലും വിളക്കുകൾ പ്രകാശം പൊഴിക്കുന്നു. രാത്രിനേരത്ത് തുറമുഖത്ത് നങ്കൂരമിട്ട ബോട്ടിന്റെ മുകൾത്തട്ടിലാണ് ഞങ്ങളെന്ന പ്രതീതി.

‘‘ഓഫീസിൽ... മേലധികാരി... നല്ല മനുഷ്യനായിരുന്നു... പ്രായം കൂടുതലുണ്ടായിരുന്നു... കുറച്ചു കഴിഞ്ഞപ്പോ... കല്യാണം കഴിക്കാമെന്നു പറഞ്ഞു...’’

അനേകകാലത്തെ വിടവിനു ശേഷം യാദൃച്ഛികമായി വഴിയിൽ വെച്ചു കണ്ടുമുട്ടിയ ബാല്യകാലസുഹൃത്തിനോടെന്നപോലെയാണ് അവൾ സംസാരിക്കുന്നത്.

“നിങ്ങൾക്കോ, നിങ്ങൾക്ക് ആ വിവാഹം ഇഷ്ടമായിരുന്നോ?’’

ഞാനെന്തോ വിഡ്ഢിത്തം പറഞ്ഞ മട്ടിൽ അവൾ ചുമലുകൾ ചലിപ്പിച്ചു. എന്നെ നല്ലപോലെ അറിയുന്ന നിങ്ങളാണോ ഇങ്ങനെ... എന്നൊരു ചോദ്യം ഏതു നിമിഷവും അവൾ ചോദിച്ചേക്കുമെന്ന് എനിക്കു തോന്നി.

ഒരുവേള ഞങ്ങൾക്ക് മുജ്ജന്മപരിചയമുണ്ടായിരിക്കാം...

‘‘എന്റെ നന്മയെക്കരുതിയാണെന്ന് അയാൾ പറഞ്ഞു. അതു നേരു തന്നെ.. എനിക്കു നല്ലതു വരണമെന്നേ അയാൾക്കുള്ളു... എന്നെ നന്നായി നോക്കും. ഏതാണ്ട് അച്ഛനെപ്പോലെ...’’

എന്നിൽ നിന്ന് അവൾ പ്രതികരണം പ്രതീക്ഷിക്കുന്നുണ്ടെന്ന് എനിക്കു തോന്നി. ആരോടുമങ്ങനെ തുറന്നു സംസാരിക്കുന്ന ശീലമില്ലായിരിക്കാം.

‘‘ഭർത്താവ്... നിങ്ങളുടെ കൂടെ ഈ യോഗങ്ങൾക്കു വരാറില്ലേ?’’

‘‘ഇല്ല, എപ്പോഴും പണിത്തിരക്കാണ്.’’

ഭർത്താവിന്റെ ബാല്യകാലസുഹൃത്ത് വഴിക്കാണ് ഗി ദു വേരെയെ പരിചയപ്പെട്ടത്. ഒരിക്കൽ ആ സുഹൃത്ത് അവരുടെ വീട്ടിലേക്ക് അത്താഴത്തിനു വന്നപ്പോൾ ഗി ദു വേരെയും കൂടെയുണ്ടായിരുന്നു. എല്ലാ വിവരങ്ങളും ഏറ്റവും നിസ്സാരമായ വിശദാംശങ്ങൾ പോലും ഒന്നും വിടാതെ അവൾ പറഞ്ഞു, ഒന്നും മറക്കരുതല്ലോ.

അരയന്നപ്പാതയുടെ അറ്റത്ത് ലിബെർട്ടി ശില്പത്തിനു മുന്നിലെത്തി നിൽക്കയാണ് ഞങ്ങൾ. വലതുവശത്ത് ഒരു ബെഞ്ചുണ്ട്. ഞങ്ങളിൽ ആരാണ് ബെഞ്ചിലിരിക്കാൻ മുൻകൈ എടുത്തതെന്ന് എനിക്കറിയില്ല. ഒരുവേള ഇരുവരുടെ മനസ്സിലും ഈ ആശയം ഒരേസമയത്ത് ഉദിച്ചിരിക്കണം. എന്താ വീട്ടിലേക്കു പോകാത്തതെന്ന് ഞാനവളോടു ചോദിച്ചു. ഇത് മൂന്നാമത്തേയോ നാലാമത്തേയോ തവണയാണ് അവൾ യോഗത്തിൽ പങ്കെടുക്കുന്നത്. ഓരോ തവണയും യോഗം കഴിഞ്ഞ് രാത്രി പതിനൊന്നു മണിക്ക് കോംബ്രോൺ സ്റ്റേഷനിലെ പടികൾക്കു മുന്നിലെത്തും, ന്യൂയിയിലെ വീട്ടിലേക്കു തിരിച്ചുപോകുന്ന കാര്യമാലോചിക്കുമ്പോൾ വല്ലാത്ത നിരാശ തോന്നും. പക്ഷേ, എന്തു ചെയ്യാം. വിധി... മെട്രോ പിടിച്ച് ലെറ്റ്വായിലിലേക്ക്, അവിടന്ന് ട്രെയിൻ മാറിക്കേറി, സാബ്ലൂവിലിറങ്ങി...

ഞങ്ങളുടെ ചുമലുകൾ ഉരസുന്നത് ഞാനറിഞ്ഞു. അന്ന് അത്താഴത്തിനു വീട്ടിലേക്കു വന്ന ശേഷം ഒരിക്കൽ ഗി ദു വേരെ ഒരു സമ്മേളനത്തിനു അവളെ ക്ഷണിച്ചു. ഒഡ്യോണിനടുത്തുള്ള ഒരു കൊച്ചു ഹാളിലായിരുന്നു അന്നത്തെ സമ്മേളനം. മധ്യാഹ്നതമസ്സിനേയും ഹരിതപ്രകാശത്തേയും കുറിച്ചാണ് അയാൾ സംസാരിച്ചത്. യോഗം പിരിഞ്ഞ് ഹാളിൽ നിന്നിറങ്ങി അവൾ ആ ഭാഗത്തൊക്കെ വെറുതെ കറങ്ങി നടന്നു. ഗി ദു വേരെ പറഞ്ഞതൊക്കെ വ്യക്തമായെന്നും ഹരിതപ്രകാശത്തിൽ താൻ ഒഴുകിനടക്കുകയാണെന്നുമുള്ള അനുഭൂതി. സമയം വൈകുന്നേരം അഞ്ചു

മണി. ഒഡിയോണിനു ചുറ്റുമുള്ള റോഡുകളിലും കവല കളിലുമൊക്കെ എന്തൊരു തിരക്ക്. തറനിരപ്പിനു താഴെ യുള്ള മെട്രോ സ്റ്റേഷനിലേക്കു കുതിച്ചൊഴുകുന്ന ജന പ്രവാഹം, അവളാണെങ്കിൽ ഒഴുക്കിനെതിരായി മുകളി ലേക്കു കയറുകയാണ്. ഉന്തിയും തള്ളിയും ലുക്സെംബർഗ് പാർക്കിനു സമീപം വിജനമായ പാതയിലെത്തി. കയറ്റമാണ്. പാതിവഴിക്ക് വളവിൽ ദേ ഒരു കഫേ! കഫേ കോൻഡി! അവളതിനകത്തേക്കു കടന്നു. “നിങ്ങൾക്കറിയാമോ കഫേ കോൻഡി?” പൊടുന്നനെ അവളെന്നോടു ചോദിച്ചു. ഇല്ല ഞാൻ കഫേ കോൻഡിയെപ്പറ്റി കേട്ടിട്ടില്ല. വിദ്യാഭ്യാസ സ്ഥാപനങ്ങൾക്കടുത്തുള്ള കഫേകൾ എനിക്കു പൊതുവേ ഇഷ്ടമല്ല. കാരണം അതെന്നെ ബാല്യകാലത്തെക്കുറിച്ച് ഓർമിപ്പിക്കും. സ്കൂളുകൾ, ഹോസ്റ്റലുകൾ, അവിടന്ന് പുറ ത്താക്കപ്പെട്ടത്. പിന്നെ യൂണിവേഴ്സിറ്റിയിലെ ഭക്ഷണശാല, അവിടെ വിദ്യാർത്ഥിയെന്ന നാട്യത്തിൽ കള്ളക്കാർഡുമായി പോകാറുണ്ടായിരുന്നത്. നിവൃത്തിയില്ലായിരുന്നു. കാരണം ഞാൻ മുഴുപട്ടിണിയായിരുന്നു. അതിൽ പിന്നെ കഫേ കോൻഡി അവളുടെ അഭയസ്ഥാനമായിത്തീർന്നത്രെ. അവിടത്തെ പതിവുകാരുമായി പരിചയപ്പെട്ടു. മോറിസ് റാഫേൽ, ആർതർ അദാമോവ് എന്ന രണ്ട് സാഹിത്യ കാരന്മാരടക്കം. ഞാനവരെപ്പറ്റി കേട്ടിട്ടുണ്ടോ? ഉവ്വല്ലോ അദാമോവിനെ കണ്ടു പരിചയവുമുണ്ട്. സാഷൂല്യാപ്രോവ് ഭാഗത്ത് ഇടയ്ക്കിടെ കാണാറുമുണ്ട്. മുഖത്തെപ്പോഴും പരിഭ്രാന്തിയാണ്. അതോ കൊടുംഭീതിയോ? ചെരിപ്പില്ലാതെ നഗ്നപാദനായിട്ടാണ് നടത്തം. അവൾ അദാമോവിന്റെ പുസ്തകം വായിച്ചിട്ടുണ്ട്. പലപ്പോഴും ഹോട്ടൽ വരെ കൂട്ടു വരാൻ പറയാറുണ്ടത്രെ. അയാൾക്ക് രാത്രി ഒറ്റയ്ക്കു വഴി നടക്കാൻ വലിയ ഭയമാണ്. കോൻഡിയിൽ പതിവുകാരി യായതിൽ പിന്നെ അവൾക്ക് പുതിയൊരു പേരു കിട്ടി ലൂക്കി. അവളുടെ ശരിയായ പേര് ജാക്ലിൻ എന്നാണ്. വേണമെ ങ്കിൽ അദാമോവും മറ്റുള്ളവരുമായി പരിചയപ്പെടുത്തി ത്തരാം. ഇംഗ്ലീഷുകാരൻ പാട്ടുകാരൻ ജിമ്മി കാംപ്ബെൽ, ടുണീഷ്യക്കാരൻ അലി ഷെറീഫ് എന്നിവരും അവിടെ പതിവായി വരാറുണ്ട്. പകൽസമയത്തു വേണമെങ്കിലും

പോകാം. അവൾ പൊതുവേ സായാഹ്നങ്ങളിലാണ് പോകാറ്. പിന്നെ ഭർത്താവ് വീട്ടിലില്ലാത്തപ്പോഴും. പലപ്പോഴും ജോലി കഴിഞ്ഞ് വളരെ വൈകിയാണ് അയാൾ വീട്ടിൽ തിരിച്ചെത്താറ്. അവൾ മുഖമുയർത്തി എന്നെയൊന്ന് നോക്കി എന്നിട്ടു പറഞ്ഞു ഓരോ ദിവസം കഴിയുന്തോറും വീട്ടിലേക്കു ഭർത്താവിന്റെ സമീപത്തേക്കു തിരിച്ചു പോകുക എന്നത് പൂർവാധികം വിഷമകരമായിത്തീരുകയാണ്. അവളുടെ മുഖത്ത് ആശങ്ക പടർന്നു ഇത്രയൊന്നും പറയേണ്ടിയിരുന്നില്ല എന്ന ആശങ്ക.

മെട്രോയുടെ അവസാനത്തെ ട്രിപ്. ബോഗിയിൽ ഞങ്ങൾ മാത്രം. ലെറ്റ്വായിലിൽ ഇറങ്ങി ട്രെയിൻ മാറിക്കേറുന്നതിനു മുമ്പ് അവൾ ഫോൺ നമ്പർ തന്നു.

ഇപ്പോഴും ചില രാത്രികളിൽ റോഡിലൂടെ നടക്കുമ്പോൾ ആരോ എന്നെ പേരു ചൊല്ലി വിളിക്കുന്നത് ഞാൻ കേൾക്കുന്നു. അല്പം നീട്ടിക്കുറുക്കി ഒരു പ്രത്യേകരീതിയിലാണ് അവൾ എന്റെ പേരുച്ചരിക്കാറ്. എനിക്കുടൻ മനസ്സിലാകും. ലൂക്കി, ലൂക്കിയുടെ ശബ്ദം. ഞാൻ തിരിഞ്ഞു നോക്കും. ആരുമുണ്ടാവില്ല. രാത്രികാലങ്ങളിൽ മാത്രമല്ല, സ്ഥലകാലബോധം നഷ്ടമാവുന്ന വേനൽക്കാലമധ്യാഹ്നങ്ങളിലും എനിക്ക് ഈ അനുഭവം ഉണ്ടാകാറുണ്ട്. എല്ലാം പുനരാവർത്തിക്കപ്പെടുന്നു എന്നൊരു തോന്നൽ. *അതേ ദിവസം, അതേ രാത്രി, അതേ സ്ഥലം, അതേ കൂടിക്കാഴ്ചകൾ, നിലയ്ക്കാത്ത പുനരാവർത്തനം.*

പലപ്പോഴും സ്വപ്നത്തിലും ആ ശബ്ദം ഞാൻ കേൾക്കാറുണ്ട്. ഉണർന്നെണീക്കുമ്പോൾ എല്ലാം എത്ര കിറുകൃത്യമായിട്ടാണ് ഞാൻ ഓർത്തെടുക്കാറ്. അതിസൂക്ഷ്മമായ വിശദാംശങ്ങൾ പോലും എനിക്കോർമയുണ്ടാകും. എനിക്കതിശയം തോന്നും. ഇതെങ്ങനെ സാധ്യമാകും? തികച്ചും അവിശ്വസനീയം! ഇന്നാളൊരു രാത്രി. ഞാൻ സ്വപ്നം കണ്ടു ഗി ദു വേരെയുടെ വീട്ടിൽ നിന്ന് ഞാൻ ഇറങ്ങുകയാണ്. ഞാനും ലൂക്കിയും ആദ്യമായി കണ്ടുമുട്ടിയ അതേ രാത്രി, ആദ്യമായി ഒന്നിച്ചിറങ്ങിയ അതേ രാത്രി, അതേ

സമയം. ഞാൻ വാച്ചിൽ നോക്കുന്നുണ്ട്. രാത്രി പതിനൊന്നു മണി. താഴത്തെ നിലയിലെ ജാലകത്തിൽ ഇതിനു മുമ്പ് കണ്ടിട്ടില്ലാത്ത വിധം തഴച്ചു പടർന്നുകിടക്കുന്ന രോഹിണി വള്ളികൾ. ഞാൻ ഗേറ്റു കടന്ന് പുറത്തേക്കു റോഡിലേക്കിറങ്ങി കോംബ്രോൺ ചത്വരത്തിലേക്കു നടക്കുകയാണ്, പുറകിൽ നിന്ന് ലൂക്കിയുടെ സ്വരം. അവൾ വിളിച്ചു 'റോളാങ്ങ്...' രണ്ടു തവണ. അവളുടെ ശബ്ദത്തിലെ വ്യംഗ്യം ഞാൻ തിരിച്ചറിഞ്ഞു. അവളെപ്പോഴും എന്റെ പേരിനെ, എന്റേതല്ലാത്ത എന്റെ പേരിനെ പരിഹസിക്കുമായിരുന്നു. പേരിലെന്തിരിക്കുന്നു, അത് വെറുമൊരു അടയാളം മാത്രം. റോളാങ്ങ് എന്ന പേരിന് പല ഗുണങ്ങളുമുണ്ട്, പ്രത്യേകിച്ച് ഫ്രഞ്ചുകാർക്കിടയിൽ. സ്വന്തം പേരാകാം, കുടുംബപ്പേരാകാം, സൗകര്യം പോലെ മാറ്റിയും മറിച്ചും ഉപയോഗിക്കാം. എന്റെ ശരിക്കുള്ള പേരിന് വല്ലാത്ത അസാധാരണത്വമുണ്ട്. അതു പരസ്യമാക്കി എന്തിനു വെറുതെ എന്നിലേക്കു ശ്രദ്ധയാകർഷിക്കണം? റോളാങ്ങ്... ഞാൻ തിരിഞ്ഞു നിന്നു. ആരുമില്ല. ഞാനിപ്പോൾ ചത്വരത്തിനു നടുവിൽ നിൽക്കയാണ്. അന്ന് ആദ്യത്തെ കൂടിക്കാഴ്ചയിൽ, പരസ്പരം എന്തു പറയണമെന്നറിയാതെ നിന്നപ്പോഴെന്ന പോലെ. ഉണർന്നെണീറ്റപ്പോൾ ഗി ദു വേരേയുടെ ആ പഴയ വീട്ടിലേക്കു ചെല്ലാൻ ഞാൻ തീരുമാനിച്ചു. അവിടെ താഴത്തെ നിലയിലെ ജാലകത്തിൽ രോഹിണിവള്ളികൾ പടർന്നു കിടക്കുന്നുണ്ടോ എന്നറിയണമല്ലോ. ഞാൻ കോംബ്രോണിലേക്കുള്ള മെട്രോയിൽ കയറി. ന്യൂയിയിലേക്കു പോകാനായി അവൾ പതിവായി ഉപയോഗിക്കാറുള്ള ലൈൻ. പലപ്പോഴും ഞങ്ങളിരുവരും അർജെൻടൈൻ സ്റ്റേഷനിലിറങ്ങും. അവിടെ അടുത്തൊരു ലോഡ്ജിലാണ് ഞാൻ താമസിച്ചിരുന്നത്. ഓരോ തവണയും രാത്രി മുഴുവൻ അവൾ എന്റെ മുറിയിൽ കഴിച്ചുകൂട്ടും. എന്നിട്ട് മനസ്സില്ലാമനസ്സോടെ ന്യൂയിലേക്കു തിരിച്ചു പോകും... പിന്നെ ഒരു ദിവസം രാത്രി അവൾ തിരിച്ചു പോയതേയില്ല.

കോംബ്രോൺ ചത്വരത്തിലൂടെ പകൽസമയത്തു നടക്കുക. എനിക്കെന്തോ വളരെ വിചിത്രമായിത്തോന്നി.

കാരണം ഗി ദു വേരെയുടെ വീട്ടിലേക്കു രാത്രി സമയത്താണ് ഞങ്ങൾ പോകാറു പതിവ്. ഗേറ്റു തള്ളിത്തുറന്ന് ഞാൻ അപ്പാർട്ടുമെന്റ് കോംപ്ലെക്സിന്റെ അകത്തേക്കു കടന്നു. ഇത്രയും കാലത്തിനുശേഷം ഗി ദു വേരെ ഇവിടെ കാണാനുള്ള വിദൂരസാധ്യത പോലുമില്ല. സാജെർമേൻ ബുളേവാഡിലെ പുസ്തകക്കടയും ഇന്നില്ല. ഗി ദു വേരെ പാരീസിലില്ല. ലൂക്കിയും ഇല്ല. പക്ഷേ, അവിടെ താഴത്തെ നിലയിലെ ജാലകത്തിൽ രോഹിണിവള്ളികൾ തഴച്ചു പടർന്നു കിടക്കുന്നു, ഞാൻ സ്വപ്നത്തിൽ കണ്ടതുപോലെത്തന്നെ. എനിക്കാകപ്പാടെ വല്ലാത്ത മനക്കുഴപ്പമായി. ഞാൻ കണ്ടത് സ്വപ്നം തന്നേയോ? ഒരു നിമിഷം ഞാൻ ആ ജാലകത്തിനടുത്തു ചെന്നുനിന്നു. അവളുടെ ശബ്ദം ഇനിയും കേൾക്കാനായെങ്കിൽ. അവളെന്നെ ഒരു തവണ വിളിച്ചുവോ? ഇല്ല ആരുമില്ല. നിശ്ശബ്ദത മാത്രം. അല്ല അങ്ങനെയല്ല. കാലം കടന്നു പോയിട്ടില്ല, അത് നിലച്ചു പോയിരിക്കയാണ്. എന്നന്നേക്കുമായി നിലച്ചുപോയിരിക്കുന്നു. ലൂക്കിയെ കണ്ടുമുട്ടിയ കാലത്ത് ഞാനെന്തൊക്കെയോ എഴുതാൻ ശ്രമിക്കുകയായിരുന്നു. *നിഷ്പക്ഷമേഖലകൾ* എന്നാണ് ഞാനതിനു പേരിട്ടത്. ഇവിടെ ഈ പാരീസു നഗരത്തിൽ അത്തരം അനേകം മേഖലകളുണ്ട്. ഒന്നിലും പെടാതെ ഒന്നിന്റെയും ഭാഗമല്ലാതെ കിടക്കുന്ന സ്ഥലങ്ങൾ. അതിർവരമ്പുകൾ. ആരുടേതുമല്ലാത്ത സ്ഥലങ്ങൾ. No Man's Land. അത്തരം മേഖലകൾ എപ്പോഴും അവസ്ഥാന്തരദശയിലാണ്, അഥവാ നിശ്ചലാവസ്ഥയിൽ. അവിടെ ഒന്നും ഒരു തടസ്സമല്ല. എല്ലാ വിഹ്വലതകളിൽ നിന്നുമുള്ള അഭയസ്ഥാനങ്ങളാണവ. അതിനെ 'സ്വതന്ത്ര മേഖലകൾ' എന്നും വിളിക്കാമായിരുന്നു, പക്ഷേ 'നിഷ്പക്ഷ മേഖലകൾ' എന്നതാണ് കൂടുതൽ അനുയോജ്യവും കൃത്യവും. ഒരു വൈകുന്നേരം കോൻഡിയിൽവെച്ച് ഞാൻ മോറിസ് റഫേലിന്റെ അഭിപ്രായം ചോദിച്ചു, അയാൾ എഴുത്തുകാരനാണല്ലോ. അയാൾ പറഞ്ഞു "അതു നിങ്ങൾക്കേ നിശ്ചയിക്കാനാകൂ. നിങ്ങളുടെ ചിന്താധാരയുടെ ഉറവിടം എന്തെന്ന് എനിക്കറിഞ്ഞുകൂടാ... 'നിഷ്പക്ഷം' എന്നായിക്കോട്ടെ. അതിനാണ് കൂടുതൽ വാചാലത." കോംബ്രോൺ

ചത്വരം, സെഗ്യുവിനും ഡ്യൂപ്ലേക്സിനും ഇടയ്ക്കുള്ള സ്ഥലം, മെട്രോയിലേക്കു നയിക്കുന്ന വഴികൾ, പാലങ്ങൾ എല്ലാം നിഷ്പക്ഷമേഖലകളാണ്. അത്തരമൊരു സ്ഥലത്തു വെച്ചാണ് ഞാൻ ലൂക്കിയെ കണ്ടുമുട്ടിയതെന്നത് വെറും യാദൃച്ഛികമായിരിക്കാനിടയില്ല.

അന്നെഴുതിക്കൊണ്ടിരുന്ന ആ താളുകൾ എന്നേ നഷ്ടമായിരിക്കുന്നു. കോൻഡിയിലെ പതിവുകാരനായിരുന്ന സക്കറിയ വായ്പ തന്ന ടൈപ്റൈറ്ററിൽ ഞാൻ നാലഞ്ചു പേജുകൾ ടൈപ്പു ചെയ്തു. ആദ്യത്തെ പേജിൽ ഇങ്ങനെ എഴുതി.

നിഷ്പക്ഷ മേഖലകൾ
സമർപ്പണം ലൂക്കിക്ക്.

എന്റെ രചനയെപ്പറ്റി അവളുടെ അഭിപ്രായം എന്തായിരുന്നുവെന്ന് എനിക്കറിയില്ല. അവളതു മുഴുവനും വായിച്ചതായി ഞാൻ കരുതുന്നില്ല. വളരെ വിരസമായ ഒരു രചനയായിരുന്നു അത്. നിഷ്പക്ഷമേഖലയെന്നു വിശേഷിപ്പിക്കാവുന്ന സ്ഥലങ്ങളുടെ പട്ടിക. ചുറ്റുമുള്ള റോഡും അവ നിൽക്കുന്ന വാർഡുമടക്കം. ചില മേഖലകൾക്കു വിസ്തീർണം വളരെ കൂടുതലായിരുന്നു. ഒരുച്ചയ്ക്ക് കോൻഡിയിലിരിക്കേ അവളെന്നോടു പറഞ്ഞു, “നോക്കൂ റോളാങ്ങ് നിങ്ങളീ പറയുന്ന നിഷ്പക്ഷ മേഖലകളിൽ ഓരോ ആഴ്ച താമസിച്ചാൽ എങ്ങനെയിരിക്കും?”

എന്റെ ലോഡ്ജ് നിന്നിരുന്ന അർജൻടൈൻ സ്ട്രീറ്റും നിഷ്പക്ഷമേഖലയിൽ ആയിരുന്നു. എന്നെത്തേടി ഇവിടെ ആരു വരാനാണ്? ഇവടത്തെ വ്യക്തികളൊക്കെ നിയമപ്രകാരം മരിച്ചുപോയിരിക്കാനാണിട. അതു തീർച്ച. ഇന്നാളൊരു ദിവസം പത്രം മറിച്ചു നോക്കുമ്പോൾ കണ്ടതാണ് കോടതി വിജ്ഞാപനം. *കഴിഞ്ഞ മുപ്പതു വർഷങ്ങളായി താഹിദ് എന്ന വ്യക്തി സ്വന്തം വീട്ടിലേക്കു തിരിച്ചെത്തുകയോ തന്നെപ്പറ്റി എന്തെങ്കിലും വിവരം നൽകുകയോ ചെയ്തിട്ടില്ല. ആയതിനാൽ അയാളെ കാണ്മാനില്ല എന്ന വസ്തുത ഹൈക്കോർട്ട് നിയമപ്രകാരം ശരിവെച്ചിരിക്കുന്നു.* ഞാനീ വാർത്ത ലൂക്കിയെ കാണിച്ചു.

ഞങ്ങൾ അർജൻടൈൻ സ്ട്രീറ്റിൽ എന്റെ മുറിയിൽ ഇരിക്കുകയായിരുന്നു. ഇത്തരം കാണാതായിപ്പോയ ഒരു പാടുപേർ ഇവിടെത്തന്നെ ഒളിവിൽ കഴിയുന്നുണ്ടാവും എന്ന് ഞാനവളോടു പറഞ്ഞു. എന്റെ ലോഡ്ജിനു ചുറ്റു മുള്ള കെട്ടിടങ്ങളെല്ലാം അപ്പാർട്ടുമെന്റുകളായിരുന്നു. അവിടെ ആരും ആരുടെയും പേരു ചോദിക്കാറില്ല, ആർക്കും എത്രകാലം വേണമെങ്കിലും ഒളിച്ചു താമസിക്കുകയും ചെയ്യാം. അന്ന് കഫേ കോൻഡിയിൽ ഞങ്ങൾ ടുപായുടെ പിറന്നാൾ ആഘോഷിച്ച ദിവസമായിരുന്നു. അവർ ഞങ്ങളെ ഒരുപാടു കുടിപ്പിച്ചു. മുറിയിൽ തിരിച്ചെത്തിയിട്ടും ലഹരി മാറിയിരുന്നില്ല. ജനാല മലർക്കെ തുറന്ന് ഞാൻ ഉച്ചത്തിൽ കൂവി വിളിച്ചു താഹിദ്! താഹിദ്! വിജനമായ റോഡിൽ ആ വിളി വിചിത്രമായ രീതിയിൽ പ്രതിധ്വനിച്ചു. ലൂക്കിയും ജനാലയ്ക്കലേക്കു വന്നു എന്നോടൊപ്പം. താഹിദ്, താഹിദ് എന്ന് ഉറക്കെ വിളിച്ചു... ബാലിശമായ തമാശ. ഞങ്ങൾക്കു രസം പിടിച്ചു. ഞങ്ങൾ വിളിച്ചു വരുത്തിയ അദൃശ്യമനുഷ്യൻ ഈ റോഡിൽ മറഞ്ഞുകിടക്കുന്ന അനേ കായിരം പ്രേതങ്ങളെ പുനരുദ്ധരിച്ചേക്കാം. കുറച്ചു നേര ത്തിനു ശേഷം ലോഡ്ജിലെ വാച്ച്മാൻ വന്ന് വാതിലിൽ മുട്ടി. കുഴിമാടത്തിനപ്പുറത്തു നിന്നുള്ള പോലെ ഒരു ശബ്ദം 'ദയവു ചെയ്ത് ബഹളം വെയ്ക്കാതിരിക്കൂ.' അയാൾ തിരിച്ചുപോകുന്ന പാദപതനങ്ങൾ ഞങ്ങൾ കേട്ടു. അദൃശ്യ നായിപ്പോയ താഹിദ് എന്ന വ്യക്തി ഈ വാച്ച്മാൻ ആയി ക്കൂടെന്നില്ലല്ലോ? അർജൻടൈൻ സ്ട്രീറ്റിൽ ഒളിഞ്ഞിരി ക്കുന്ന എല്ലാവരുടെയും പ്രതീകം?

അർജൻടൈൻ സ്ട്രീറ്റിലെ താമസസ്ഥലത്തേക്കു നടക്കു മ്പോഴൊക്കെ ഞാനാലോചിച്ചിട്ടുണ്ട്. കല്യാണത്തിനു മുമ്പ് ലൂക്കിയും ഈ ചുറ്റുവട്ടത്തുതന്നെ അല്പം വടക്കായി ലെറ്റ്വായിൽ റോഡിലും അർമെയ്‌ലി സ്ട്രീറ്റിലും താമസി ച്ചിരുന്നു. അന്നൊക്കെ എത്രയെത്ര തവണ ഞങ്ങൾ പര സ്പരം ആളറിയാതെ കടന്നുപോയിക്കാണും.

ഭർത്താവിന്റെ വീട്ടിലേക്കു ഇനി തിരിച്ചുപോക്കില്ല എന്നു ലൂക്കി തീരുമാനിച്ച ദിവസം എനിക്കോർമയുണ്ട്. അന്നാണ്

കോൻഡിയിൽ വെച്ച് അദാമോവിനെയും അലി ഷെറീഫിനെയും അവളെനിക്കു പരിചയപ്പെടുത്തിത്തന്നത്. അന്നാണ് സക്കറിയാ എനിക്ക് ടൈപ്പ്റൈറ്റർ വായ്പ തന്നത്. ഞാൻ 'നിഷ്പക്ഷമേഖലകൾ' എഴുതിത്തുടങ്ങാനുള്ള ശ്രമത്തിലായിരുന്നു.

ഞാൻ ടൈപ്പ്റൈറ്റർ കൊച്ചുമേശപ്പുറത്തേക്ക് എടുത്തുവെച്ചു. ആദ്യത്തെ വാചകം മനസ്സിൽ എന്നേ രൂപം കൊണ്ടതാണ്. 'നിഷ്പക്ഷമേഖലകളുടെ സവിശേഷത ഇതാണ്. അവ തുടക്കം കുറിക്കുന്ന ഇടങ്ങൾ മാത്രം. തുടക്കബിന്ദുക്കൾ. ഇന്നോ നാളെയോ അവിടന്ന് യാത്ര പുറപ്പെടേണ്ടിവരും.' ഇനിയങ്ങോട്ടാണ് ബുദ്ധിമുട്ട്. ഒന്നും എളുപ്പമാവില്ല. ആദ്യത്തെ വാചകം പിന്നെ രണ്ടാമത്തേത്... അതിനുശേഷം... എന്നാലും മനസ്സിൽ ധൈര്യം നിറഞ്ഞു നിന്നു.

അത്താഴസമയമാവുമ്പോഴേക്കും അവൾക്ക് ന്യൂയിൽ എത്തേണ്ടതാണ്. പക്ഷേ, എട്ടുമണിയായിട്ടും അവൾ കിടന്ന കിടപ്പു തന്നെ. ലൈറ്റും ഇടുന്നില്ല. അവസാനം ഞാനവളെ ഓർമിപ്പിച്ചു സമയമായെന്ന്.

''എന്തിനു സമയമായി?''

അവളുടെ സ്വരത്തിന് ഒരു മാറ്റം. എനിക്കു മനസ്സിലായി ഇന്നിനി മെട്രോ പിടിച്ച് സാബ്ലൂ വരെ പോകാനുള്ള മനസ്ഥിതിയിലല്ല അവളെന്ന്. ഞങ്ങൾക്കിടയിൽ ഒരുപാടു നേരം മൗനം നിലനിന്നു. എന്റെ വിരലുകൾ ടൈപ്പ്റൈറ്ററിൽ ചലിച്ചുകൊണ്ടിരുന്നു. അവൾ പറഞ്ഞു.

''വരൂ നമുക്ക് സിനിമക്കു പോകാം, സമയം പോക്കാമല്ലോ.''

ഗോങ്ദാർമീ അവെന്യു കടന്നാൽ ഒബ്ലിഗാഡോ തിയേറ്ററായി. അന്നു രാത്രി ഞങ്ങളുടെ മനസ്സ് സിനിമയിൽ അല്ലായിരുന്നു. ഹാളിൽ വളരെ കുറച്ചു കാണികളേ ഉണ്ടായിരുന്നുള്ളൂ. ആരാണിവരൊക്കെ? കോടതി കാണാതായെന്ന് സ്ഥിരീകരിച്ചവരാണോ? അപ്പോൾ ഞങ്ങളോ? ഞാനിടയ്ക്കിടെ അവളെ നോക്കി. അവളുടെ നോട്ടം തിരശ്ശീലയിലേക്കായിരുന്നില്ല. കുനിഞ്ഞ തലയുമായി ചിന്താധീനയായി ഇരിപ്പാണ്. പൊടുന്നനെ എഴുന്നേറ്റ് ന്യൂയിയിലേക്കു

പൊയ്ക്കളയുമോ എന്നുപോലും ഞാൻ സംശയിച്ചു. പക്ഷേ, അങ്ങനെയൊന്നും ഉണ്ടായില്ല. സിനിമ കഴിയുന്നതു വരെ അവൾ അതേ ഇരിപ്പിരുന്നു.

തിയേറ്ററിൽ നിന്നിറങ്ങിയപ്പോൾ അവൾക്ക് ഏറെ ആശ്വാസം കിട്ടിയ മട്ട്. ഇനി തിരിച്ചുപോകാനാവില്ല, ഒരുപാടു വൈകിപ്പോയി എന്നവൾ പറഞ്ഞു. ഭർത്താവ് അത്താഴത്തിന് ചില സുഹൃത്തുക്കളെ ക്ഷണിച്ചിരുന്നു. അതു കഴിഞ്ഞു. ഇനി ന്യൂയിയിൽ അത്തരമൊരു അത്താഴ വിരുന്ന് ഉണ്ടാവില്ല.

ഞങ്ങൾ ഉടനെ മുറിയിലേക്കു തിരിച്ചു പോയില്ല. പലപ്പോഴായി ഞങ്ങളിരുവരും അഭയം തേടിയിരുന്ന നിഷ്പക്ഷ മേഖലകളിലൂടെ ഒരുപാടു നേരം നടന്നു. ലെറ്റ്വായിലിലും അർമായ്‌ലി സ്ട്രീറ്റിലും താൻ താമസിച്ചിരുന്ന ഇടങ്ങൾ അവളെനിക്കു കാണിച്ചുതന്നു. അന്നു രാത്രി അവൾ പറഞ്ഞതൊക്കെ ഞാനോർത്തെടുക്കാൻ ശ്രമിക്കയാണ്.

എല്ലാം കുഴഞ്ഞുമറിഞ്ഞു കിടക്കുന്നു. വിട്ടുപോയതോ മറന്നുപോയതോ ആയ വിശദാംശങ്ങൾ ഇനി കണ്ടെത്താനാവില്ല. ഒരുപാടു വൈകിപ്പോയിരിക്കുന്നു. വളരെ ചെറുപ്പത്തിൽ അമ്മയേയും അന്നുവരെ താമസിച്ച ചുറ്റുവട്ടത്തേയും ഉപേക്ഷിച്ച് പോന്നവളാണ് അവൾ. അമ്മ ഇന്നില്ല, മരിച്ചു പോയി. അക്കാലത്തെ ഒരു സുഹൃത്ത് ഇപ്പോഴുമുണ്ട്, ഷാനെറ്റ് ഗൗൾ. ഒന്നോ രണ്ടോ തവണ അർജൻടൈൻ സ്ട്രീറ്റിലെ എന്റെ ലോഡ്ജിനടുത്തുള്ള പഴകിപ്പൊളിഞ്ഞ റെസ്റ്റോറന്റിൽ ഷാനെറ്റിനോടൊപ്പം ഞങ്ങൾ അത്താഴം കഴിച്ചിട്ടുണ്ട്. പച്ചക്കണ്ണുകളുള്ള സ്വർണത്തലമുടിക്കാരി. മെലിഞ്ഞ എല്ലിച്ച മുഖമായതുകൊണ്ടാവാം അവളെ 'തലയോട്ടി' എന്നാണത്രെ പലരും വിളിച്ചിരുന്നത്. പക്ഷേ, മാംസളമായ വടിവൊത്ത ശരീരവുമായി ആ പേരിന് ഒരു ബന്ധവുമില്ല. സെൽസ് റോഡിലെ ലോഡ്ജിലും ഷാനെറ്റ് ചെന്നിരുന്നു. എനിക്ക് ആ ദിവസം നല്ല ഓർമയുണ്ട്. കാരണം മുറിക്കുള്ളിൽ ഈഥറിന്റെ മണം തങ്ങി നിന്നിരുന്നു. പിന്നീടൊരിക്കൽ വേനൽക്കാലത്ത് ഉച്ചതിരിഞ്ഞ് നോട്രഡാം കത്തീഡ്രലിന്റെ പരിസരത്തിൽ... അവരേയും കാത്ത്

വഴിയോര പുസ്തകക്കടകളിൽ ഓരോന്നു മറിച്ചുനോക്കി ക്കൊണ്ട് ഞാൻ നിന്നു. ഷാനെറ്റിന് ഗ്രോങ്-ഡിഗ്രി റോഡിൽ ആരേയോ കാണാനുണ്ടായിരുന്നു. ആരോ 'മഞ്ഞ്' കൊണ്ടു വരുമത്രെ. 'മഞ്ഞ്' എന്നു പറയുമ്പോൾ അവളുടെ മുഖ ത്തൊരു ചിരി പരന്നു. മഞ്ഞോ? ഈ ജൂലായ് മാസ ത്തിലോ...? ഞാനൊരു പുസ്തകം കണ്ടെടുത്തു - ഗ്രീഷ്മ സൗന്ദര്യം. അതെ, അതു വേനൽക്കാലമായിരുന്നു. സുദീർ ഘമായ ഒരിക്കലും അവസാനിക്കില്ലെന്നു തോന്നിയ വേനൽക്കാലം. തല പൊക്കിയപ്പോൾ കണ്ടു മറുവശത്ത് അവരിരുവരും. ഗ്രോങ്ഡിഗ്രി റോഡിൽ നിന്നു വരികയാണ്. ലൂക്കി കൈവീശി. വെയിലിൽ കുളിച്ച് രണ്ടു പെൺകുട്ടികൾ എന്റെ നേരെ നടന്നു വരുന്നു. എന്റെ സ്വപ്നങ്ങളിൽ എപ്പോഴും അവരെ അങ്ങനെത്തന്നെയാണ് ഞാൻ കാണാറ്. മനസ്സിൽ സന്തോഷം നിറഞ്ഞുതുളുമ്പിയ ആ സായാഹ്ന വേള.

എന്തുകൊണ്ടാണ് ഷാനെറ്റിന് തലയോട്ടി എന്നു പേരു വീണതെന്ന് എനിക്കറിഞ്ഞുകൂടാ. ഉയർന്ന കവിളെല്ലുകളും വളഞ്ഞ പുരികങ്ങളും കാരണമാണോ? പക്ഷേ, അവളുടെ മുഖത്ത് മരണലക്ഷണങ്ങളൊന്നും ഇല്ലായിരുന്നു. എന്തി നേയും വെല്ലുവിളിക്കാനാകുന്ന, ചെറുത്തു നിൽക്കാനാ വുന്ന യൗവനദശയിലെത്തി നിൽക്കുന്നവൾ. ഉറക്കമില്ലാത്ത രാത്രികളുടെയും *മഞ്ഞിന്റെ*യും ഭവിഷ്യത്തുക്കൾ ആ മുഖത്തെ വികൃതമാക്കിയിട്ടില്ല. പക്ഷേ, അതെത്ര കാല ത്തേക്ക്? എനിക്കവളെ സംശയമായിരുന്നു. കോൻഡി കഫേ യിലേക്കോ ഗി ദു വേരെയുടെ യോഗങ്ങളിലേക്കോ ലൂക്കി അവളെ കൂടെ കൊണ്ടുപോകാറില്ലായിരുന്നു. അവർക്കെന്തോ ഇരുണ്ട വശമുണ്ടെന്ന പോലെ. ഒരിക്കൽ എന്റെ മുന്നിൽ വെച്ച് പഴയകാലങ്ങളെപ്പറ്റി അവർ സംസാരിക്കുന്നത് ഞാൻ കേട്ടു. കൂടുതലൊന്നുമില്ല, ഒരു സൂചന മാത്രം. അവർ ക്കിടയിൽ എന്തൊക്കെയോ രഹസ്യങ്ങളുണ്ട്. നവംബറിൽ ഒരു ദിവസം വൈകീട്ട് ആറു മണിക്ക് ലൂക്കിയോടൊപ്പം ഞാൻ മാബിലോൺ മെട്രോ സ്റ്റേഷനിലേക്കു നടക്കുകയായി രുന്നു. ഇരുട്ടു വീണു തുടങ്ങിയിരുന്നു. ലാപെർഗോളയുടെ

മുന്നിലൂടെ നടക്കുമ്പോൾ വലിയ ചില്ലുജാലകത്തിനപ്പുറം ആരോ ഇരിക്കുന്നത് അവൾ കണ്ടു. അവളുടെ ശരീരത്തിലൂടെ വിറയൽ പടരുന്നത് ഞാനറിഞ്ഞു. ഒരമ്പതുകാരൻ, കാർക്കശ്യം നിറഞ്ഞ മുഖം, ചീകിയൊട്ടിച്ചു വെച്ച തവിട്ടു നിറത്തിലുള്ള മുടി. ഞങ്ങളുടെ നേരെ തിരിഞ്ഞാണ് ഇരുന്നിരുന്നത്. ഞങ്ങളെ കണ്ടിരിക്കാനിടയുണ്ട്. പക്ഷേ, അടുത്തിരുന്ന ആരോടോ സംസാരിച്ചുകൊണ്ടിരിക്കയാണ്. അവളെന്നെ ബലമായി പിടിച്ചു വലിച്ച് റോഡിന്റെ മറുവശത്തേക്കു കൂട്ടിക്കൊണ്ടുപോയി. ഷാനെറ്റു വഴിയുള്ള പരിചയക്കാരനാണത്രെ. ഒമ്പതാം വാർഡിൽ റെസ്റ്റോറന്റു നടത്തുന്നു. അയാളെ ഇവിടെ ഈ ഇടത്തെകരയിൽ കാണുമെന്ന് കരുതിയതേയല്ല. അവൾ വല്ലാതെ പരിഭ്രമിച്ചുപോയിരുന്നു. സെയിൻ നദി രണ്ടു ദേശങ്ങളെ പകുത്തുമാറ്റുന്ന അതിർത്തിരേഖയോ ഇരുമ്പുമറയോ ആണെന്നപോലെയാണ് അവൾ ഇടത്തെകര എന്നു പറഞ്ഞത്. ഇടത്തെകരയിലെ ഒമ്പതാം വാർഡിലെ വ്യക്തി ഇരുമ്പുമറ ഭേദിച്ച് വലത്തെകരയിലെ ലാപെർഗോളയിലെത്തിയിരിക്കുന്നു. മാബിലോൺ കവലയിൽ അയാളുടെ സാന്നിധ്യം അവളെ വല്ലാതെ ഭയപ്പെടുത്തിയിരിക്കുന്നു. ഞാനയാളുടെ പേരു ചോദിച്ചു. അവൾ പറഞ്ഞു, 'മോസെല്ലിനി'. എന്തിനയാളെ പേടിക്കണം? അവൾ വ്യക്തമായ ഉത്തരമൊന്നും നൽകിയില്ല. അയാൾ ചീത്ത കാര്യങ്ങൾ ഓർമിപ്പിക്കുന്നുവെന്നു മാത്രം പറഞ്ഞു. വ്യക്തിബന്ധങ്ങൾ അവസാനിപ്പിക്കുന്നത് അവളെ സംബന്ധിച്ചേടത്തോളം എന്നന്നേക്കുമായി മുറിച്ചുമാറ്റുന്നതു പോലെയാണത്രെ. മരണം പോലെ. അതിൽപിന്നെ അവരൊക്കെ മൃതരാണ്. ഇയാൾ ഇപ്പോഴും ജീവിച്ചിരിക്കുന്നെങ്കിൽ, ഈ പരിസരത്തു വെച്ച് അവളുമായി കണ്ടുമുട്ടാനിടവന്നെങ്കിൽ അതിനർത്ഥം അവളെ സംബന്ധിച്ചേടത്തോളം അയാൾ മരിച്ചിട്ടില്ലെന്നാണ്. അപ്പോൾപ്പിന്നെ ഈ ചുറ്റുവട്ടത്തെ ഒഴിവാക്കുകയേ നിവൃത്തിയുള്ളൂ. ഞാനവളെ സമാധാനിപ്പിക്കാൻ ശ്രമിച്ചു. ലാപെർഗോള ആ പരിസരത്തെ മറ്റു കഫേകളെപ്പോലെയല്ല, അല്പം താഴ്ന്ന നിലവാരത്തിലുള്ളതാണ്. മാന്യവും സ്വതന്ത്രവുമായ ഈ ചുറ്റുവട്ടത്തിന് ഒട്ടും യോജിച്ചതുമല്ല.

മൊസെല്ലിനിയെ ഒമ്പതാം വാർഡിൽ വെച്ചാണ് പരിചയമെന്നല്ലേ പറഞ്ഞത്. ശരിയാണ്, പിഗാലയുടെ ശാഖപോലാണ് ലാപെർഗോള, അതെന്തുകൊണ്ടാണെന്ന് വ്യക്തമായി പറയാനാവില്ല. ഈ ചുറ്റുവട്ടത്തുനിന്ന് മാറിനിൽക്കേണ്ട ആവശ്യമൊന്നുമില്ല. റോഡിന്റെ മറ്റേവശത്തേക്കു മാറി നടന്നാൽ മതി.

ഞാൻ നിർബന്ധിച്ചിരുന്നെങ്കിൽ അവളെന്നോട് എല്ലാം പറഞ്ഞിരുന്നേനെ. പക്ഷേ, അവളെന്താണ് പറയുക എന്നെനിക്ക് അറിയാമായിരുന്നു... എനിക്കു മോസെല്ലിനിയെപ്പോലുള്ളവരെ അറിയാം.

ബാല്യകാലത്തും കൗമാരപ്രായത്തിലും ഞാനിത്തരക്കാരെ കണ്ടിട്ടുണ്ട്. എന്തൊക്കെ ഇടപാടുകളാണിവർക്ക്. എന്റെ അച്ഛനെ പലപ്പോഴും ഇത്തരക്കാരുടെ കൂടെ കാണാറുണ്ടായിരുന്നതല്ലേ... കൊല്ലങ്ങളെത്ര കഴിഞ്ഞു. വേണമെങ്കിൽ മോസെല്ലിനിയെപ്പറ്റി ഒരന്വേഷണം നടത്താം. പക്ഷേ, എന്തിന്? ലൂക്കിയെപ്പറ്റി എനിക്കറിയാവുന്നതിലും ഊഹിച്ചെടുക്കാവുന്നതിലും കവിഞ്ഞ് ഒരു വിവരവും ലഭിക്കാൻ പോകുന്നില്ല. ജീവിതത്തിന്റെ ആദ്യ ഘട്ടത്തിൽത്തന്നെ ദുർവൃത്തരെ കണ്ടുമുട്ടാനിടയായെങ്കിൽ അതിനുത്തരവാദികൾ നമ്മളാണോ? ഉദാഹരണത്തിന് എന്റെ അച്ഛൻ, അച്ഛന്റെ പ്രവൃത്തികൾ, ഹോട്ടലുകളിലെ മങ്ങിയ ലോബികളിലും കഫേകളിലെ ഇരുണ്ട മുറികളിലും അച്ഛനോട് അടക്കിപ്പിടിച്ചു സംസാരിച്ചവർ, അച്ഛൻ കൈമാറിയ രഹസ്യബ്രീഫ്കേസുകൾ. ഇതിനൊക്കെ ഞാൻ ഉത്തരവാദിയാകുന്നതെങ്ങനെ? അന്നു മോസെല്ലിനി സംഭവത്തിനുശേഷം ഞങ്ങൾ വേഗയിലെ പുസ്തകക്കടയിലേക്കു പോയി. ഗി ദു വേരെ ശുപാർശ ചെയ്ത പുസ്തകങ്ങളുടെ ഒരു ലിസ്റ്റ് അവളുടെ കൈവശം ഉണ്ടായിരുന്നു. യോഗത്തിൽ പങ്കെടുത്ത എല്ലാവർക്കും കിട്ടുന്ന ലിസ്റ്റ്. എന്റെ കൈവശവും ഉണ്ട്. ഗി ദു വേരെ പറയാറുണ്ടായിരുന്നു.

“എല്ലാം ഒറ്റയടിക്ക് വായിച്ചു തീർക്കണമെന്നല്ല. ഓരോ ദിവസവും ഒരു പേജ് രാത്രി ഉറങ്ങുന്നതിനു മുമ്പ്. അതു മതി.”

ഉപബോധമനസ്സിന്റെ അലൗകികത
ഉന്നതങ്ങളിലെ ദൈവികസുഹൃത്ത്
മൗക്തികജപമാല
വെളിച്ചത്തിന്റെ രക്ഷകർ
സൂക്ഷ്മശരീരങ്ങളും കേന്ദ്രബിന്ദുക്കളും
നിഗൂഢതയുടെ പനിനീർത്തോട്ടം
ഏഴാം സ്വർഗം

പച്ചക്കവറുള്ള കൊച്ചു കൊച്ചു കൈപ്പുസ്തകങ്ങൾ. അർജൻടൈൻ റോഡിലെ എന്റെ മുറിയിലിരുന്ന് ഞങ്ങളി തൊക്കെ ഉറക്കെ വായിക്കുമായിരുന്നു. ഉത്സാഹം നഷ്ട പ്പെട്ട് ഹതാശരാവുമ്പോൾ ഈ പുസ്തകങ്ങൾ തന്നെ ശരണം. പക്ഷേ, ഞങ്ങളുടെ വായനയിൽ അടിസ്ഥാനപര മായ ഭിന്നതകളുണ്ടായിരുന്നു. ജീവിത-പ്രപഞ്ച രഹസ്യ ങ്ങൾ കണ്ടെത്താമെന്ന പ്രതീക്ഷയോടെയാണ് അവൾ വായി ച്ചത്. പക്ഷേ, പദങ്ങളുടെയും ശൈലികളുടെയും സംഗീ താത്മകതയാണ് എന്നെ വശീകരിച്ചത്. അന്ന് വേഗയിലെ ത്തിയ ശേഷം മോസെല്ലിനിയെന്ന പേരും അയാൾ ചിക്കി യുണർത്തിയ ദുർസ്മരണകളും അവൾ പാടെ മറന്നെന്ന് എനിക്കു തോന്നി. ഇന്ന് എനിക്കു തോന്നുന്നത് മറ്റൊന്നാണ്. നിസ്സാരയായ *ലൂയിസ*യിലും പച്ചക്കവറുള്ള കൈപ്പുസ്തക ങ്ങളിലും അവൾ തേടിക്കൊണ്ടിരുന്നത് ഒരു മാർഗദർശന മാണ്. അവൾക്ക് രക്ഷപ്പെടണമെന്നുണ്ടായിരുന്നു. നിത്യ ജീവിതവുമായുള്ള സകല സമ്പർക്കങ്ങളും പൊട്ടി ച്ചെറിഞ്ഞ്, അകലങ്ങളിലേക്കു പറന്നുപോകണമെന്നുണ്ടാ യിരുന്നു. ശുദ്ധവായു ശ്വസിക്കണമെന്നുണ്ടായിരുന്നു. പക്ഷേ, ഇടയ്ക്കിടെ ഭൂതകാലത്തിലെ പ്രേതങ്ങളും കരി നിഴലുകളും തന്നെ തേടിവന്നേക്കുമെന്ന ഭീതി, തന്നോടു കണക്കു ചോദിച്ചേക്കുമെന്ന ഭീതി അവളെ വേട്ടയാടിക്കൊണ്ടി രുന്നു. അവരിൽനിന്നു രക്ഷപ്പെടാനായി തൽക്കാലം ഒളിവിൽ പോവുകയേ നിവൃത്തിയുള്ളൂ, എന്നെങ്കിലും ഒരു നാൾ അപ്രാപ്യമായ വിദൂരതയിൽ നിന്നുകൊണ്ട് അവരെയൊക്കെ വെല്ലുവിളിക്കാനാകുമെന്ന പ്രതീക്ഷ അവൾക്കുണ്ടായിരുന്നു. അങ്ങുയരത്തിൽ മലമുകളിലെ കാറ്റിൽ, അതല്ലെങ്കിൽ

കടൽക്കാറ്റിൽ. എനിക്കതു ശരിക്കും ബോധ്യമായി. ഒരു കണക്കിന് ഞാനും അതു തന്നെയല്ലേ ചെയ്യുന്നത്. ബാല്യ കാലത്തെ ദുർസ്മരണകളെ, പേക്കിനാക്കളെ, പ്രേതാ ത്മാക്കളെ നോക്കി കൊഞ്ഞനം കുത്താൻ ശ്രമിക്കുകയല്ലേ ഞാനും...?

ഒരാളെ പേടിച്ച് വഴിമാറി നടക്കുന്നത് വെറും ബാലിശ മാണെന്ന് അന്നു ഞാനവളെ പറഞ്ഞു ബോധിപ്പിച്ചു. അതിനുശേഷം മാബിലോൺ മെട്രോ സ്റ്റേഷനിൽ നിന്നിറ ങ്ങിയാൽ ഞങ്ങൾ ലാപെർഗോള ഒഴിവാക്കാതായി. ഒരു ദിവസം ഞാൻ അവളെ അതിനകത്തേക്കു പിടിച്ചുവലിച്ചു കൊണ്ടുപോവുക കൂടി ചെയ്തു. കൗണ്ടറിനടുത്ത് മോസെ ല്ലിനിയെയും ഭൂതകാലത്തിലെ മറ്റനേകം കരിനിഴലുകളെയും കാത്ത് ഞങ്ങൾ ഏറെ നേരം നിന്നു. ഞാനടുത്തുള്ളപ്പോൾ അവൾക്ക് ഒരു പേടിയും തോന്നിയില്ല. ഭൂതപ്രേതാദികളെ വിരട്ടിയോടിക്കണമെങ്കിൽ അവയ്ക്കു മുമ്പിൽ ചെന്നു നിന്ന് നേർക്കുനേരെ നോക്കണം. ആ നോട്ടത്തിൽ അവ അലിഞ്ഞ ലിഞ്ഞ് ഇല്ലാതായിത്തീരും. അവൾക്ക് ആത്മവിശ്വാസം നേടിയെടുക്കാനായെന്നു തോന്നുന്നു, ഇനി മോസെല്ലിനിയെ നേരിൽ കണ്ടാലും അവൾക്കു കൂസലുണ്ടാവില്ല. ഇത്തരം സന്ദർഭങ്ങളിൽ എങ്ങനെ പ്രതികരിക്കണമെന്ന് എനിക്കു നന്നായിട്ടറിയാം. ഞാനവളോടു പറഞ്ഞു, "ഉറച്ച ശബ്ദ ത്തിൽ പറയണം. *ക്ഷമിക്കണം, താങ്കൾക്ക് ആളു തെറ്റിയ താണ്... താങ്കൾ ഉദ്ദേശിക്കുന്ന വ്യക്തി ഞാനല്ല...*" എന്ന്.

അന്ന് ഒരുപാടു നേരം മൊസെല്ലിനിക്കു വേണ്ടി ഞങ്ങൾ കാത്തു നിന്നു. അതിൽ പിന്നീട് ലാപെർഗോളയുടെ ചില്ലു ജാലകത്തിലൂടെ ഞങ്ങൾ അകത്തേക്കു നോക്കിയതേയില്ല.

ഫെബ്രുവരി മാസം. അവൾ ന്യൂയിലെ വീട്ടിലേക്കു മടങ്ങി ച്ചെന്നിട്ടില്ല. എന്തുമാത്രം മഞ്ഞുവീഴ്ചയുണ്ടായെന്നോ. അർജൻടൈൻ സ്ട്രീറ്റിലെ ലോഡ്ജ് മഞ്ഞിനടിയിലായിപ്പോ കുമെന്ന് ഞങ്ങൾ ഭയന്നു. നിഷ്പക്ഷമേഖലയിൽ താമസി ക്കുന്നതു ബുദ്ധിമുട്ടായിത്തീരുകയാണ്. കുറച്ചുകൂടി മധ്യഭാഗ ത്തേക്കു താമസം മാറ്റുന്നതാവും ഭേദമെന്ന് ഞാനാലോ ചിച്ചു. അർജൻടൈൻ സ്ട്രീറ്റിന്റെ വൈചിത്ര്യമെന്താണെന്നു

വെച്ചാൽ ഏതു വാർഡിൽ ഉൾപ്പെടുത്തിയിരിക്കുന്നുവോ ആ വാർഡിലല്ല അതിന്റെ കിടപ്പ്. (പാരീസ് നഗരത്തിൽ ഇത്തരം വേറേയും റോഡുകളുണ്ട്) എല്ലാത്തിൽനിന്നും അകന്നുമാറി നിസ്സംഗമായുള്ള കിടപ്പ്. ഇരുവശത്തു നിന്നും വെളുത്ത മഞ്ഞ് ഇവിടേക്കാണ് കോരിയിടപ്പെടുന്നത്. പാരീസിലെ നിഷ്പക്ഷമേഖലകളല്ല, തമോദ്വാരങ്ങളെയാണ് ഇനി കണ്ടെത്തേണ്ടത്. അതല്ലെങ്കിൽ ജ്യോതിശാസ്ത്രത്തിൽ പറയുമ്പോലെ തമോദ്രവ്യം ഡാർക് മാറ്റർ. അദൃശ്യമായ പദാർത്ഥം, അൾട്രാവയലറ്റ്, ഇൻഫ്രാറെഡ് എക്സ്റേ കിരണങ്ങളെ ചെറുത്തു നിൽക്കുന്ന, നമ്മെത്തന്നെ വീഴുങ്ങാൻ കഴിവുള്ള തമോദ്രവ്യം.

പക്ഷേ, അവൾക്ക് ഈ ചുറ്റുവട്ടത്ത് താമസിക്കാൻ തീരെ ഇഷ്ടമില്ല. കാരണം ഭർത്താവിന്റെ താമസസ്ഥലത്തേക്കു വെറും രണ്ടേ രണ്ട് മെട്രോ സ്റ്റേഷനുകൾ മാത്രമേയുള്ളൂ. ഇടത്തെകരയിലായാൽ നന്ന്. കോൻഡിക്കടുത്തായോ അതല്ലെങ്കിൽ ഗി ദു വേരെയുടെ വീട്ടിനടുത്തായോ താമസസ്ഥലം തേടുകയാണ്. അങ്ങനെയാണെങ്കിൽ എല്ലായിടത്തേക്കും നടന്നുപോകാവുന്ന ദൂരമേയുള്ളൂ. പക്ഷേ, എനിക്കതു ശരിയാവില്ല. സെയിൻനദിയുടെ ഇടത്തെകരയിൽ ആറാം വാർഡിലാണ് ഞാൻ ബാല്യകാലം ചെലവഴിച്ചത്. എത്രയെത്ര ദുഃഖസ്മരണകളാണെന്നോ. പക്ഷേ, എന്തിനിതേക്കുറിച്ച് ഇപ്പോൾ പറയണം. ആ വാർഡിൽ ഇന്ന് സവിശേഷ ബൂട്ടിക്കുകളാണ്, ആഡംബര സ്റ്റോറുകളാണ്, ധനികരായ വിദേശികളാണ് അവിടെ അപ്പാർട്ടുമെന്റുകൾ വാടകയ്ക്കോ വിലയ്ക്കോ എടുക്കുന്നത്. പക്ഷേ അന്ന് എന്റെ ബാല്യകാലത്തിന്റെ അവശിഷ്ടങ്ങൾ അവിടെ നിലനിന്നിരുന്നു. ഡോഫീൻ റോഡിലെ പൊട്ടിപ്പൊളിഞ്ഞ ഹോട്ടലുകൾ, മതാധ്യായന ഷെഡ്ഡുകൾ, വിചിത്രജീവികൾ, ഓഡിയോങ് കവലയിലെ കഫേകൾ, വേർ ഗാലോങ്ങിലേക്കു കയറിപ്പോകാനുള്ള ഇരുണ്ട പടവുകൾ, സ്കൂളിലേക്കു പോകുന്ന വഴിയിൽ ഞാനെന്നും വായിക്കാറുണ്ടായിരുന്ന ചുമരെഴുത്ത് *നുട്രാവെയ്ഷാമെ*[1] (വേല നിഷിദ്ധം).

---

1. മാർക്സിസ്റ്റ് ചിന്തകൻ ഗി ദുബോവിന്റെ വിഖ്യാത ഗ്രാഫിറ്റി

അവൾ മോംപാർണാസിനടുത്ത് താമസസ്ഥലം കണ്ടെത്തി. ഞാൻ ലെറ്റ്വായിൽ ഭാഗത്തുതന്നെ തുടർന്നു. ഇടത്തെകരയിലെ പ്രേതങ്ങളെ ഒഴിവാക്കാമല്ലോ. ഇടത്തെ കരയിൽ എന്റെ പഴയ പരിസരത്ത് കഫേ കോൻഡിയും വേഗാ ബുക്സ്റ്റാളുമൊഴിച്ച് വേറെങ്ങും പോകാൻ ഞാനിഷ്ടപ്പെട്ടില്ല.

അതിനൊക്കെ പൈസ കണ്ടെത്തണമായിരുന്നു. അവൾ തന്റെ വില പിടിച്ച ഫർകോട്ട് വിറ്റു, ഭർത്താവു സമ്മാനിച്ചതായിരിക്കണം. കനം കുറഞ്ഞ മഴക്കോട്ടുമായി ശൈത്യകാലം കഴിച്ചുകൂട്ടാനാവുമോ? വിവാഹത്തിനുമുമ്പ് ചെയ്തിരുന്നപോലെ അവൾ ജോലി ഒഴിവു പരസ്യങ്ങൾ വായിക്കാൻ തുടങ്ങി. ഇടയ്ക്കിടെ ഓട്ടൈലിലെ ഗരാജിലേക്കു പോയി, അമ്മയുടെ സുഹൃത്തിനെ കാണാൻ. ഇനി എന്റെ കാര്യം തുറന്നു പറയാനിത്തിരി സങ്കോചമുണ്ട്, എന്നാൽ സത്യമെന്തിനു മറച്ചു പിടിക്കണം?

എന്റെ താമസസ്ഥലത്തിന് കുറച്ചപ്പുറമാണ് ബേറോ ബെദുവാ താമസിച്ചിരുന്നത്. കൃത്യമായി പറഞ്ഞാൽ നമ്പർ 8, സെയ്ഗോൺ സ്ട്രീറ്റ്. എല്ലാ സൗകര്യങ്ങളുമുള്ള ഒറ്റ മുറി. ഞങ്ങളിടയ്ക്കിടെ പരസ്പരം കാണാറുണ്ടായിരുന്നു. പക്ഷേ, എപ്പോഴാണ് ആദ്യമായി സംഭാഷണത്തിനു മുതിർന്നതെന്ന് ഓർമ വരുന്നില്ല. ശ്രദ്ധയോടെയുള്ള വേഷധാരണം, അല്പം ചുരുണ്ട മുടി, പക്ഷേ, മുഖത്തൊരു കള്ള ലക്ഷണമുണ്ട്. ആ ശൈത്യകാലത്ത് മഞ്ഞു പൊഴിയുന്ന മധ്യാഹ്നത്തിൽ അർജൻടൈൻ സ്ട്രീറ്റിലെ കഫേയിൽ ഞങ്ങളിരുവരും മുഖാമുഖം ഇരിക്കുകയായിരുന്നു. അയാളെന്നോടു പതിവു ചോദ്യമെറിഞ്ഞു, എന്തു ചെയ്യുന്നു. ഞാൻ പറഞ്ഞു എഴുതണമെന്ന് ആഗ്രഹമുണ്ട്. എനിക്ക് അയാളുടെ കമ്പനിയുടെ പേര് ശരിക്കു മനസ്സിലായില്ല. പിന്നീട്, വളരെക്കഴിഞ്ഞ് അയാളുടെ ഓഫീസ് എവിടെയാണെന്നറിയാൻ ഞാനൊരു പഴയ പാരീസ് വാർഷികപ്പതിപ്പ് പരിശോധിക്കുകയുണ്ടായി. ചിലപ്പോഴൊക്കെ നമുക്ക് ചില അനുഭവങ്ങൾ ഓർത്തെടുക്കാനാവും. പക്ഷേ, അതു ശരിയാണെന്ന് ഉറപ്പുവരുത്താൻ തെളിവുകൾ ആവശ്യമായി

വരും. *14, ഷൽഗ്രാങ് സ്ട്രീറ്റ്. വാണിജ്യവിജ്ഞാപനങ്ങൾ, ഫ്രാൻസ്.* അതായിരിക്കണം. ഇന്നെനിക്ക് അവിടെച്ചെന്ന് ആ കെട്ടിടം തിരിച്ചറിയാനും തീർച്ചപ്പെടുത്താനുമുള്ള ത്വര യില്ല, ധൈര്യവുമില്ല, എനിക്കു വയസ്സായിരിക്കുന്നു. അന്ന് അയാളെന്നോട് ഒന്നും പറഞ്ഞില്ല. പിറ്റേന്ന് അതേസമയത്ത് അതേ കഫേയിൽ വെച്ച് വീണ്ടും കണ്ടുമുട്ടിയപ്പോൾ ജോലി തരാമെന്നു പറഞ്ഞു. കമ്പനികൾക്കും മറ്റു സ്ഥാപന ങ്ങൾക്കും വേണ്ടി കുറെയേറെ ലഘുലേഖകൾ എഴുതിയു ണ്ടാക്കണം, സമ്പൂർണവിവരങ്ങളും അയാളെനിക്കു നൽകും. ഞാനെഴുതിയതൊക്കെ അയാളുടെ പേരു വെച്ച് അവരച്ചടിക്കും. ഞാനയാളുടെ അടിമ മാത്രം. അയാളെ നിക്കു മൊത്തം അയ്യായിരം ഫ്രാങ്ക് തരും. അങ്ങനെ ഞാൻ പല പരസ്യങ്ങളും എഴുതി ബോഹ്ബൂൾ മിനറൽ വാട്ടർ, എമറാൾഡ് കോസ്റ്റിലെ ടൂറിസം, ബഞ്ന്യോൾഡിഓർണോ യിലെ ഹോട്ടലുകളുടെയും കാസിനോകളുടെയും ചരിത്ര ങ്ങൾ, പിന്നെ, ജോർഡാൻ, സെലിഗ്മാൻ, മിറാബോ, ഡിമാഷി എന്നിവയെക്കുറിച്ചുള്ള കൈപ്പുസ്തകങ്ങൾ. ഓരോ തവണയും എഴുതാനിരിക്കുമ്പോൾ വിരസത മൂത്ത് ഉറങ്ങിപ്പോകുമോ എന്നു ഞാൻ ഭയന്നു. പക്ഷേ പണി വളരെ എളുപ്പമായിരുന്നു. അയാൾ തന്ന വിവരങ്ങൾ ചിട്ട പ്പെടുത്തുകയേ വേണ്ടൂ. ആദ്യത്തെ തവണ ഓഫീസിലേക്കു കൂട്ടിക്കൊണ്ടു പോയപ്പോൾ ഞാനാകെ അദ്ഭുതപ്പെട്ടു പോയി. താഴത്തെ നിലയിലുള്ള ഒരൊറ്റ മുറി, ജനാല കളില്ല. പക്ഷേ, ചോദ്യങ്ങൾ ചോദിക്കാത്ത പ്രായമല്ലേ, ഞാനൊന്നും ചോദിച്ചുമില്ല. നമുക്കൊക്കെ ജീവിതത്തിൽ വിശ്വാസമുണ്ട്. രണ്ടു മൂന്നു മാസം കഴിഞ്ഞു ബെറോബെ ദോവിനെപ്പറ്റി ഒരു വിവരവുമില്ല. പറഞ്ഞുറപ്പിച്ചതിൽ പാതി തുക അയാളെനിക്കു നൽകിയിരുന്നു. തൽക്കാലം അതു തന്നെ ധാരാളം. ഒരു ദിവസം (നാളെത്തന്നെയായാലോ, അതിനുള്ള ശക്തിയുണ്ടെങ്കിൽ) സൈഗോൺ, ഷൽഗ്രാങ്, റോഡുകളിലൂടെ ഒരു തീർത്ഥയാത്ര നടത്തണം. ആ വർഷത്തെ മഞ്ഞിൽ ബെറോബെദോവിന്റെ സ്ഥാപനം ഉരു കിയൊലിച്ചു പോയോ എന്നറിയണം. അതല്ലെങ്കിൽ വേണ്ട. എനിക്കതിനുള്ള ധൈര്യമില്ല. ഈ റോഡുകളൊക്കെ

ഇന്നുമുണ്ടോയെന്ന് ആർക്കറിയാം. ഒരുവേള തമോദ്രവ്യം അവയെ എന്നെന്നേക്കുമായി വിഴുങ്ങിയിരിക്കാനും മതി.

വസന്തകാലങ്ങളിലെ സായാഹ്നങ്ങളിൽ ഷാസ് എലീസിയിലൂടെ നടക്കാൻ എനിക്കു വളരെ ഇഷ്ടമാണ്. ഇന്നത്തെപ്പോലൊന്നുമല്ല. അന്നത്തെക്കാലത്ത് അത് മായികപ്രപഞ്ചമാണെന്നു തോന്നും. അവിടെ വെച്ച് ഒരുവേള നീ എന്റെ പേരു വിളിക്കുന്നത് കേട്ടെങ്കിലോ... നീ ഫർകോട്ടും എമറാൾഡ് കല്ലും വിറ്റ അന്നു തന്നെയാണ് എനിക്കും രണ്ടായിരം ഫ്രാങ്കു ലഭിച്ചത്, കൈനിറയെ പണം! ഭാവി നമ്മുടേത്. അന്നു രാത്രി നീ എന്നോടൊപ്പം ലെറ്റ്വായിലിലേക്കു വന്നു. വേനൽക്കാലം. നിന്നേയും ഷാനെറ്റിനേയും കാത്ത് നോട്ര്ഡാം പരിസരത്തെ പുസ്തകക്കടയിൽ ഞാൻ കാത്തുനിന്ന അതേ ദിവസം. ഫ്രാൻസിസ് മാബൂഫ് റോഡുകൾ കൂട്ടിമുട്ടുന്നിടത്തെ റെസ്റ്റോറന്റിൽ നമ്മൾ അത്താഴത്തിനു ചെന്നു. നടപ്പാതയിൽ മേശകൾ നിരത്തിയിട്ടിരുന്നു. പകൽവെളിച്ചം അവസാനിച്ചിട്ടില്ല. എന്തൊരു വാഹനത്തിരക്കായിരുന്നു, സംസാരത്തിന്റെ ഇരമ്പവും കാലടികളുടെ ശബ്ദവും നിനക്കു കേൾക്കാമായിരുന്നു. പത്തുമണിയോടെ നാമിരുവരും ഷാസ് എലീസിയിലേക്കു നടന്നു. ഈ പകൽ അവസാനിക്കില്ലെന്നുണ്ടോ, ഞാനതിശയിച്ചു പോയി. റഷ്യയിലും ഉത്തരധ്രുവത്തിലുമെന്നപോലെ സൂര്യനസ്തമിക്കാത്ത, ഉറക്കമില്ലാത്ത രാത്രിയാവുമോ ഇത്. നാം ഒരു ലക്ഷ്യവുമില്ലാതെ നടന്നു നീങ്ങി. ഈ രാത്രി മുഴുവനും നടക്കാമല്ലോ. റിവോളി റോഡിൽ നിന്ന് സൂര്യവെളിച്ചം മാഞ്ഞിട്ടില്ല. വേനൽക്കാലം മൂർദ്ധന്യത്തിലെത്തുകയാണ്. താമസിയാതെ ഞങ്ങളിവിടം വിടും. എങ്ങോട്ട്? അതറിയില്ല. മല്ലോർക്കാ, മെക്സിക്കോ, ലണ്ടൺ, റോം... എവിടേക്കെങ്കിലും പോകും. എവിടേക്കെന്നതിന് ഒരു പ്രസക്തിയുമില്ല. അതൊക്കെ കൂടിക്കുഴഞ്ഞു കിടക്കുന്നു. ഞങ്ങളുടെ യാത്രയ്ക്ക് ഒരേയൊരു ഉദ്ദേശ്യമേയുള്ളു. ഗ്രീഷ്മത്തിന്റെ കേന്ദ്രബിന്ദുവിലേക്കു യാത്ര ചെയ്യുക. അവിടെ സമയം നിശ്ചലമായിരിക്കും, ഘടികാരത്തിന്റെ സൂചികൾ എന്നെന്നും ഒരേ സമയം സൂചിപ്പിക്കും. നട്ടുച്ച.

പാലേറോയാലിലെത്തിയപ്പോഴാണ് ഇരുട്ടു വീഴാൻ തുടങ്ങിയത്. ഞങ്ങളൊരു നിമിഷം റുക്യൂണിവേഴ്സിൽ നിന്നു പോയി. റിവോളി റോഡിൽ നിന്ന് സാപാ റോഡു വരെ ഒരു നായ ഞങ്ങളെ പിന്തുടർന്നു വന്നു. എന്നിട്ടത് പള്ളിപ്പറമ്പിലേക്ക് ഓടിക്കയറി. ഞങ്ങൾക്ക് ഒട്ടും ക്ഷീണം തോന്നിയില്ല, രാത്രി മുഴുവനും നടക്കാമെന്ന് ലൂക്കി പറഞ്ഞു. ലാർസനാലിനു മുന്നിലുള്ള നിഷ്പക്ഷമേഖലയിലായിരുന്നു ഞങ്ങൾ. വിജനമായ ഇരുളടഞ്ഞ പാതകൾ. അവിടെ ആൾത്താമസമില്ലെന്നു പോലും തോന്നിപ്പോയി. അപ്പോഴാണ് കണ്ടത് റോഡിനു മറുവശത്തുള്ള കെട്ടിടത്തിന്റെ ഒന്നാം നിലയിൽ പ്രകാശമാനമായ രണ്ടു വലിയ ജാലകങ്ങൾ. കെട്ടിടത്തിനഭിമുഖമായി റോഡിലെ ബെഞ്ചിൽ ഞങ്ങളിരുന്നു. ആ ജാലകങ്ങളിലേക്കു നോക്കാതിരിക്കാൻ ഞങ്ങൾക്കായില്ല. ചുവപ്പു നിറമുള്ള ലാംപ്ഷേയ്ഡിലൂടെ ഊർന്നിറങ്ങുന്ന മങ്ങിയ പ്രകാശമേയുള്ളു മുറിക്കകത്ത്. ഇടതുവശത്തെ ചുമരിൽ ഗിൽറ്റു ഫ്രെയിമുള്ള കണ്ണാടി കാണാനുണ്ട്. മറ്റു ചുമരുകൾ ശൂന്യമാണ്, ജനാലയിലൂടെ ഒരു നിഴൽ കാണാനുണ്ടോ? ഞങ്ങൾ സൂക്ഷിച്ചു നോക്കി. ഇല്ല ആരുമില്ല. ആ മുറി കിടപ്പുമുറിയാണോ അതോ ഇരിപ്പുമുറിയാണോ എന്നൊന്നും ഞങ്ങൾക്കറിയില്ല. ലൂക്കി പറഞ്ഞു. ചെന്നു കോളിംഗ് ബെൽ അടിച്ചു നോക്കിയാലോ? ആരോ കാത്തിരിക്കുന്നുണ്ട് എന്നതു തീർച്ച.

രണ്ടു പാതകളെ വേർതിരിക്കുന്ന മൺതിട്ടയ്ക്കു നടുവിലായിട്ടായിരുന്നു ആ ബെഞ്ച്. വളരെ കൊല്ലങ്ങൾക്കു ശേഷം ടാക്സിയിൽ ലാർസെനാൽ റോഡിലൂടെ സെയിൻ തീരത്തെ ലക്ഷ്യമാക്കി പോകവേ, ഞാൻ ഡ്രൈവറോട് കാറു നിർത്താൻ ആവശ്യപ്പെട്ടു. ആ ബെഞ്ചും ആ കെട്ടിടവും വീണ്ടും കണ്ടെത്തണമെന്നൊരു മോഹം. വർഷങ്ങൾ കടന്നുപോയെങ്കിലും ഒന്നാം നിലയിലെ പ്രകാശമാനമായ ജനാലകൾ അവിടെത്തന്നെയുണ്ടാകുമെന്ന നേരിയ പ്രതീക്ഷ. പക്ഷേ സിലിസ്റ്റൻ ബാരക്കിന്റെ വൻമതിലിലേക്കു നയിക്കുന്ന ഇടവഴികളിലെവിടെയോ വഴിതെറ്റി ഞാൻ കറങ്ങിപ്പോയി. പക്ഷേ, അന്ന് വർഷങ്ങൾക്കു മുമ്പത്തെ ആ

രാത്രിയിൽ ഞാൻ ലൂക്കിയോടു പറഞ്ഞു "ബെല്ലടിച്ചിട്ട് ഒരു ഗുണവുമുണ്ടാവില്ല. അവിടെ ആരുമുണ്ടാവില്ല." ഞങ്ങൾ ബെഞ്ചിലിരിക്കുകയായിരുന്നു, അടുത്തെങ്ങോ വെള്ളമൊഴുകുന്ന ശബ്ദം ഞാൻ കേട്ടു.

"നിനക്കുറപ്പുണ്ടോ?" അവളെന്നോടു ചോദിച്ചു. "എനിക്കൊന്നും കേൾക്കാനാകുന്നില്ലല്ലോ." അവൾ പിന്നെയും പറഞ്ഞു "അതു നമ്മുടെ ഫ്ളാറ്റാണ്, നമ്മളിരുവരുമാണ് അവിടെ താമസിക്കുന്നത്. പുറത്തേക്കിറങ്ങുന്നതിനു മുമ്പ് നമ്മൾ വിളക്കണയ്ക്കാൻ മറന്നു പോയതാണ്. നമ്മുടെ നായ്ക്കുട്ടി നമ്മളേയും കാത്ത് കാത്ത് മുറിക്കുള്ളിൽ കിടന്ന് ഉറക്കമായിരിക്കുന്നു. ലോകാവസാനം വരെ നായ്ക്കുട്ടി നമ്മെ കാത്തു കാത്തിരിക്കും."

ഞങ്ങൾ വീണ്ടും നടന്നു, വെറുതെ അലഞ്ഞുതിരിയുന്നതിനു പകരം ഞങ്ങളൊരു ലക്ഷ്യമിട്ടു. റിപ്പബ്ലിക് ചത്വരം. പക്ഷേ, ആ ദിശയിലേക്കാണോ നടന്നു നീങ്ങുന്നതെന്ന് ഞങ്ങൾക്കു തിട്ടമില്ലായിരുന്നു. ഇനിയഥവാ വഴി തെറ്റിയാലും സാരമില്ല. അർജൻടൈനിലേക്കുള്ള മെട്രോ എവിടന്നു വേണമെങ്കിലും പിടിക്കാമല്ലോ. കുട്ടിക്കാലത്ത് ഈ ഭാഗത്തേക്കു കൂടെക്കൂടെ വരാറുണ്ടായിരുന്നെന്ന് ലൂക്കി പറഞ്ഞു. അമ്മയുടെ സുഹൃത്ത്, ഗി ലവീണ്യെയുടെ ഗരാജ് ഇവിടടുത്താണ്. അതേയതെ അവൾക്കുറപ്പുണ്ട് റിപ്പബ്ലിക് ചത്വരത്തിനടുത്ത്. ആ ഭാഗത്തുള്ള ഓരോ ഗരാജിലും ഞങ്ങളെത്തി നോക്കി. പക്ഷേ, അതൊന്നുമായിരുന്നില്ല ഞങ്ങൾ തേടിയ ഗരാജ്. അവൾക്ക് വഴിയാകെ തെറ്റിയിരിക്കുന്നു. അടുത്ത തവണ ഗി ലവീണ്യെയെ കാണാനായി ഓട്ടൈലിലേക്കു ചെല്ലുമ്പോൾ ഗരാജിന്റെ ശരിയായ അഡ്രസ്സ് ചോദിച്ചു വാങ്ങണം. ഇതൊന്നും അധികകാലം നിലനിൽക്കില്ല. കാഴ്ചയ്ക്ക് ഒന്നുമല്ലെങ്കിലും ഇവയ്ക്കൊക്കെ അതിന്റേതായ വിലയുണ്ട്. ഇവയില്ലെങ്കിൽ ജീവിതത്തിൽ അടയാള ചിഹ്നങ്ങളൊന്നുമില്ലെന്നു വരും. അമ്മയും ഗി ലവീണ്യെയും അവളേയും കൂട്ടി ഈസ്റ്റർ ശനിയാഴ്ച ഉത്സവം കാണാൻ പോകാറുള്ളത് അവൾക്കോർമയുണ്ട്. കാൽനടയായി ഒരു വലിയ ബുളെവാഡിലൂടെയാണ് അവർ പോയത്.

ഞങ്ങൾ ഇത്തിരി മുമ്പേ നടന്നുതീർത്ത ബുളേവാഡു പോലെത്തന്നെ. ഒരുവേള അതു തന്നെയാവുമോ? പക്ഷേ, ഞങ്ങളിവിടെ റിപ്പബ്ലിക് ചത്വരത്തിലാണ് നിൽക്കുന്നത്. ഈസ്റ്റർ ശനിയാഴ്ചകളിൽ അമ്മയും ഗിലവീണ്യയുമൊത്ത് അവൾ നടന്നിരിക്കുക വെസെൻ ഉദ്യാനത്തിനരികിലൂടെ യാവും.

അർദ്ധരാത്രിയായിക്കഴിഞ്ഞിരുന്നു. ആ അസമയത്ത് മൃഗശാലയുടെ ഗേറ്റിനു മുന്നിലാണോ ഞങ്ങളെത്തി നിന്നത്? അസ്വാഭാവികം തന്നെ. ഇരുട്ടിൽ ആന ചിന്നം വിളിക്കുന്നതാണോ കേട്ടത്? ഞങ്ങൾക്കു മുന്നിൽ തുറ സ്സായ മൈതാനം. അതിനു നടുവിൽ ഒരു ശില്പം. ഓ! ഇത് റിപ്പബ്ലിക് ചത്വരമാണല്ലോ.

അങ്ങോട്ട് അടുക്കുന്തോറും സംഗീതം ഉച്ചത്തിലായി. സ്വകാര്യ വിരുന്നാണോ അതോ എന്തെങ്കിലും പൊതുദിനാ ഘോഷമോ? ജൂലൈ പതിനാലാണോ? ഞാൻ ലൂക്കിയോടു ചോദിച്ചു. എനിക്കറിയാവുന്നതിലധികം അവൾക്കറിയില്ല. കുറച്ചുകാലമായി രാവും പകലും കുഴഞ്ഞുമറിഞ്ഞു കിട ക്കുകയാണ്. അടുത്തുള്ള കഫേയിൽ നിന്നാണ് സംഗീതം ഒഴുകിയെത്തുന്നത്. ഗ്രാങ് പ്രിയൂറി റോഡ് മെയിൻ റോഡി ലേക്കു ചേരുന്ന വളവിലാണ് ആ കഫേ.

സമയം വല്ലാതെ വൈകിയിരിക്കുന്നു. ഇനി മെട്രോയില്ല. കഫേയ്ക്കപ്പുറത്ത് ഒരു ഹോട്ടൽ. വാതിലു തുറന്നു കിട ക്കുന്നു. നഗ്നമായ ബൾബിൽനിന്നുള്ള വെളിച്ചം കറുത്ത കോണിപ്പടികളെ പ്രകാശമാനമാക്കുന്നു. അയാൾ ഞങ്ങളുടെ പേരു പോലും ചോദിച്ചില്ല. ഒന്നാം നിലയിലെ ഒരു മുറി ചൂണ്ടിക്കാട്ടി. ഇനി മുതൽ നമുക്കിവിടെ താമസിക്കാം. ഞാൻ ലൂക്കിയോടു പറഞ്ഞു.

ഒറ്റക്കട്ടിൽ, അത്ര ചെറുതൊന്നുമല്ല, ഞങ്ങൾക്ക് മതി യാവും. ജനാലകൾക്ക് പാളികളോ വിരികളോ ഇല്ല. ഞങ്ങളവ തുറന്നു വെച്ചു. അസഹ്യമായ ചൂട്. താഴെ സംഗീതം നിലച്ചിരിക്കുന്നു. ആരൊക്കെയോ ചിരിക്കുന്ന ശബ്ദം. ലൂക്കി കുശുകുശുത്തു, ശരിയാണ്. ഇത്തരം സ്ഥല ങ്ങളിലാണ് താമസിക്കേണ്ടത്.

പാരീസിൽ നിന്ന് ഒരുപാടകലെയാണ് ഞങ്ങളെന്നു തോന്നി. മധ്യധരണ്യാഴി തീരത്ത് ഒരു കൊച്ചു തുറമുഖ പട്ടണത്തിൽ. എല്ലാ ദിവസവും ഞങ്ങൾ നിശ്ചിത സമയത്ത് കടൽതീരത്തേക്കു പോകും. ആ ഹോട്ടലിന്റെ അഡ്രസ് ഞാൻ സൂക്ഷിച്ചു വെച്ചിട്ടുണ്ട്. ഹോട്ടൽ ഈവെർണിയ, നമ്പർ 2 ഗ്രോങ് പ്രിയൂറി സ്ട്രീറ്റ്. അതിനു ശേഷമുള്ള ഇരുണ്ട വർഷങ്ങളിൽ മേൽവിലാസമോ ഫോൺ നമ്പറോ ആവശ്യപ്പെട്ടവർക്ക് ഞാൻ നൽകിയ ഉത്തരം "ഹോട്ടൽ ഈവെർണിയ, നമ്പർ 2, ഗ്രോങ് പ്രിയൂറി സ്ട്രീറ്റ് എന്ന അഡ്രസ്സിലേക്ക് എഴുതിയാൽ മതി. ഞാൻ വേണ്ടതു ചെയ്യാം." അങ്ങോട്ടു പോകേണ്ടിയിരിക്കുന്നു. ഇത്രയും കാലമായി എന്നേയും കാത്തു കിടക്കുന്ന കത്തുകൾ. മറു പടി കിട്ടാത്ത കത്തുകൾ. നീ പറഞ്ഞതു ശരിയായിരുന്നു. അവിടെത്തന്നെ താമസിക്കണമായിരുന്നു.

അഞ്ച്

വളരെയേറെ വർഷങ്ങൾക്കുശേഷം അവസാനമായി ഒരിക്കൽ കൂടി ഞാൻ ഗി ദു വേരെയെ കാണുകയുണ്ടായി. ഒഡിയോങ്ങിലേക്കുള്ള കയറ്റം കയറവേ ഒരു കാറ് വേഗത കുറച്ച് അരികിൽ വന്നുനിന്നു. ആരോ എന്റെ പഴയ പേർ ചൊല്ലി വിളിക്കുന്നു. തിരിഞ്ഞു നോക്കാതെതന്നെ ശബ്ദത്തിന്റെ ഉടമയെ ഞാൻ തിരിച്ചറിഞ്ഞു. കാറിന്റെ ജനാലയിലൂടെ കഴുത്തുനീട്ടി ചിരി തൂകുന്ന ഗി ദു വേരെ. ഒരു മാറ്റവുമില്ല, മുടി അല്പം കൂടി ചെറുതായി വെട്ടിയിരിക്കുന്നു എന്നതൊഴിച്ചാൽ.

ജൂലൈ മാസം, വല്ലാത്ത ചൂട്. ഞങ്ങളിരുവരും കാറിന്റെ ഹുഡ്ഡിൽ കയറിയിരുന്നു. സ്വസ്ഥമായി സംസാരിക്കാമല്ലോ. കോൻഡിയിലേക്ക് ലൂക്കി പതിവായി കടന്നുവരാറുള്ള നിഴൽവാതിലിൽനിന്ന് ഏതാനും അടി അകലെയാണ് ഞങ്ങൾ നിൽക്കുന്നതെന്ന കാര്യം അയാളോടു പറയാൻ എനിക്കായില്ല. ആ നിഴൽവാതിൽ എന്തായാലും അവിടെയില്ല. പകരം വലിയൊരു ചില്ലുജാലകമാണ്. ചീങ്കണ്ണിത്തൊലി കൊണ്ടുള്ള ബാഗുകളും തുകൽച്ചെരിപ്പുകളും കുതിരസവാരിക്കുള്ള തുകൽ സാമഗ്രികളും പ്രദർശിപ്പിക്കുന്ന ചില്ലു ജാലകം. *ഓ പ്രിൻസ്ദു കോൻഡി.* മുന്തിയ തരം തുകൽ സാമാനങ്ങൾ.

'ആട്ടെ, റോളാങ്ങ് നിങ്ങളെന്തു വാങ്ങി?'

എപ്പോഴത്തേയും പോലെ തെളിഞ്ഞ ശബ്ദം. ആധ്യാത്മിക വചനങ്ങൾ ഞങ്ങൾക്ക് ബോധ്യപ്പെടുത്തിത്തന്ന അതേ ശബ്ദം. ഇത്രയും വർഷങ്ങൾ കഴിഞ്ഞിട്ടും എന്നെ മറന്നിട്ടില്ല, എന്റെ പേരു മറന്നിട്ടില്ല. ലോവൻഡാലിലെ ആ

ഫ്ളാറ്റിൽ എത്രയോ പേർ യോഗത്തിൽ പങ്കെടുക്കാനായി എത്തിയിരുന്നു. ചിലർ ഒന്നോ രണ്ടോ തവണയേ വന്നുള്ളൂ, ജിജ്ഞാസ ശമിപ്പിക്കാനായി മാത്രം. ശ്രദ്ധയും നിഷ്കർഷ യുമുള്ള മറ്റു ചില പതിവുകാരും ഉണ്ടായിരുന്നു ലൂക്കി അത്തരക്കാരിയായിരുന്നു, ഞാനും. ഗി ദു വേരെ ശിഷ്യരെ അന്വേഷിച്ചു ചെന്നില്ല. താനൊരു ഗുരു ആണെന്ന ഭാവം അയാൾക്കില്ലായിരുന്നു, ആരിലും സ്വാധീനം ചെലുത്താൻ ശ്രമിച്ചുമില്ല. ശിഷ്യരാണ് അയാളെത്തേടിച്ചെന്നത്. ചില പ്പോഴൊക്കെ തോന്നിയിട്ടുണ്ട് തനിച്ചിരുന്നു ധ്യാനി ക്കാനാവും അയാൾക്കിഷ്ടമെന്ന്, പക്ഷേ, തന്റെ സഹായം തേടിയെത്തിയവരെ നിരാകരിക്കുന്ന തരക്കാരനായിരുന്നില്ല അയാൾ.

"പാരീസിൽ എപ്പോ തിരിച്ചെത്തി?"

ഗി ദു വേരെ ചിരിക്കുകയാണ്, കണ്ണുകളിൽ ഒരു വ്യംഗ്യ ഭാവം

"നിങ്ങളാ പഴയ റോളാങ്ങ് തന്നെ, ചോദ്യത്തിനുത്തരം മറുചോദ്യം."

അയാളതും മറന്നിട്ടില്ലെന്നോ? ഇക്കാര്യം പറഞ്ഞ് അയാൾ പലപ്പോഴും എന്നെ കളിയാക്കുമായിരുന്നു. നീയൊരു ഒന്നാംകിട മുഷ്ടിയുദ്ധക്കാരനായിരുന്നേ നെയെന്ന്.

"ഞാൻ പാരീസു വിട്ടിട്ട് ഒരു പാടു കാലമായി. ഇപ്പോൾ മെക്സിക്കോയിലാണ്. അഡ്രസ്സു തന്നേക്കാം..."

വളരെ മുമ്പ് ലോവെൻഡാൽ അപ്പാർട്ടുമെന്റിലെ താഴത്തെ നിലയിലെ ജാലകത്തിൽ രോഹിണി വള്ളികൾ പടർന്നുകിടപ്പുണ്ടോയെന്ന് പരിശോധിക്കാൻ ഞാൻ ചെല്ലുകയുണ്ടായി. അന്ന് കോംപ്ലക്സിന്റെ ഓഫീസിൽ അന്വേഷിച്ചു. ഗി ദു വേരെ പുതിയ അഡ്രസ് തന്നിട്ടാണോ പോയതെന്ന്. ക്ലർക്കു പറഞ്ഞു അല്ലെന്ന്. ഗി ദു വേരെയോട് ആ തീർത്ഥാടനത്തെക്കുറിച്ചു ഞാൻ പറഞ്ഞു.

"റോളാങ്ങ് നിങ്ങൾ നേരേയാവുന്ന ലക്ഷണമില്ല... നിങ്ങ ളുടെ ഓരോ കഥകൾ... രോഹിണി വള്ളികൾ... ആട്ടെ...

നമ്മൾ പരിചയപ്പെടുമ്പോൾ നിങ്ങൾക്ക് വളരെ ചെറുപ്പമായിരുന്നു അല്ലേ? അന്നെന്തു പ്രായം കാണും?"

"ഇരുപത്"

"ഹോ! ആ ചെറുപ്രായത്തിൽത്തന്നെ നിങ്ങൾ കളഞ്ഞു പോയതെന്തോ അന്വേഷിച്ചുനടക്കുകയായിരുന്നു. എന്താ ഞാൻ പറഞ്ഞതിൽ തെറ്റൊന്നുമില്ലല്ലോ."

അയാൾ എന്റെ മുഖത്തുനിന്നു കണ്ണെടുക്കുന്നില്ല. അവയിൽ വിഷാദത്തിന്റെ നിഴലാട്ടമുണ്ട്. ഒരു വേള ഞങ്ങളിരുവരുടെയും മനസ്സിൽ ഒരേ ചിന്തയാണ്, പക്ഷേ, ലൂക്കിയുടെ പേരുച്ചരിക്കാൻ ഇരുവർക്കും ധൈര്യം പോരാ.

"പഴയ കാര്യങ്ങളോർക്കുമ്പോൾ അതിശയം തോന്നുന്നു. അന്നൊക്കെ യോഗം പിരിഞ്ഞശേഷം ഞങ്ങളിവിടെയുള്ള കഫേയിൽ വരുമായിരുന്നു. ഇന്ന് ആ കഫേയേയില്ല."

തൊട്ടടുത്തുള്ള പ്രിൻസ്ദുകോൻഡി ഞാൻ ചൂണ്ടിക്കാട്ടി. തുകൽ സാമാനങ്ങൾ.

ഗി ദു വേരെയുടെ മുഖത്ത് ചുളിവുകൾ വീഴുന്നു. പഴയ കാലങ്ങൾ ഓർത്തെടുക്കുന്നപോലെ.

"അതെയതെ ഈയടുത്തകാലത്ത് പാരിസ് ആകെ മാറിപ്പോയിരിക്കുന്നു. ആട്ടെ നിങ്ങളിപ്പോഴും നിഷ്പക്ഷമേഖലകൾ എഴുതിക്കൊണ്ടിരിക്കയാണോ?"

ചോദ്യം പൊടുന്നനെയായിരുന്നതിനാലാവണം അയാളെന്താണ് ഉദ്ദേശിക്കുന്നതെന്ന് എനിക്ക് ഉടനെ മനസ്സിലായില്ല.

"അല്ല, നല്ല രസികൻ വിഷയമായിരുന്നു കേട്ടോ. നിഷ്പക്ഷമേഖലകൾ!"

എന്റീശ്വരാ! എന്തൊരു ഓർമശക്തി. നിഷ്പക്ഷമേഖലകളുടെ ഏതാനും പേജുകൾ അയാൾക്കു വായിക്കാൻ കൊടുത്തിരുന്നുവെന്ന വസ്തുത ഞാൻ മറന്നുപോയിരുന്നു. ഒരു ദിവസം വൈകുന്നേരം യോഗം കഴിഞ്ഞ് ലൂക്കിയും ഞാനും കുറെനേരംകൂടി അയാളോടു സംസാരിച്ചുകൊണ്ടു നിന്നു. അനന്തമായ പുനരാവർത്തനത്തെക്കുറിച്ചുള്ള വല്ല പുസ്തകവും ഉണ്ടോയെന്ന് ഞാൻ ഗി ദു വേരെയോടു ചോദിച്ചു.

ഞങ്ങൾ അയാളുടെ പഠനമുറിയിലായിരുന്നു. ഷെൽഫു കളിലെ പുസ്തകങ്ങളിലേക്കു കണ്ണോടിച്ച് കറുപ്പും വെളുപ്പും പുറംചട്ടയുള്ള ഒരു പുസ്തകം അയാളെന്റെ നേരെ നീട്ടി. നീഷേയുടെ *അനന്തമായ പുനരാവർത്തനം*. (ഞാനത് കുറച്ചു ദിവസം ശ്രദ്ധയോടെ വായിക്കുകയും ചെയ്തു.) അന്ന് നിഷ്പക്ഷമേഖലകളുടെ ഏതാനും പേജു കൾ ഒരു കവറിലാക്കി ഞാൻ പോക്കറ്റിൽ വെച്ചിരുന്നു. വായിച്ചുനോക്കി അഭിപ്രായം പറയൂ എന്ന് ഗി ദു വേരേ യോടു പറയണമെന്നുണ്ടായിരുന്നു. പക്ഷേ, വല്ലാത്ത സങ്കോചം. എന്തായാലും യാത്ര പറഞ്ഞ് ഇറങ്ങുംമുമ്പ് ആ പാക്കറ്റ് ഒരക്ഷരം പറയാതെ അയാളുടെ കൈകളിലേക്കു വെച്ചു കൊടുത്തു.

"നിങ്ങൾക്ക് ജ്യോതിശാസ്ത്രത്തിലും താത്പര്യമുണ്ടാ യിരുന്നു, അല്ലേ? പ്രത്യേകിച്ച് തമോദ്രവ്യങ്ങളെപ്പറ്റി?"

ഇതൊക്കെ അയാൾ ഓർത്തുവെക്കുമെന്ന് ഞാൻ സ്വപ്നേപി കരുതിയതല്ല. അതായത് ഞങ്ങളെയൊക്കെ സശ്രദ്ധം കണ്ടും കേട്ടും ഇരുന്നുവെന്നു സാരം. ഞങ്ങള ക്കാര്യത്തെക്കുറിച്ച് ഒട്ടും ബോധവാന്മാരായിരുന്നില്ല.

"കഷ്ടമായിപ്പോയി. പണ്ടത്തെപ്പോലെ ലോവെൻഡാൽ ചത്വരത്തിലെ വീട്ടിൽ ഇനി യോഗം കൂടലുണ്ടാവില്ല."

എന്റെ വാക്കുകൾ കേട്ട് അയാളുടെ മുഖത്ത് അല്പ മൊരു ആശ്ചര്യം, പിന്നെ പുഞ്ചിരി പരന്നു.

"അതിനിയും വിട്ടിട്ടില്ല അല്ലേ? *അനന്തമായ പുനരാ വർത്തനം...?*"

ഞങ്ങൾ നടപ്പാതയിലേക്കിറങ്ങി അങ്ങോട്ടുമിങ്ങോട്ടും ഉലാത്താൻ തുടങ്ങി. പ്രിൻസ് ദു കോൻഡിയിൽ നിന്നു തുടങ്ങി അവിടെത്തന്നെ അവസാനിക്കുന്ന ചെറു നടത്തം.

"ഓർമയുണ്ടോ ഒരിക്കൽ വൈദ്യുതി ഇല്ലാതിരുന്നതു കാരണം നിങ്ങൾ ഇരുട്ടിൽ പ്രഭാഷണം നടത്തിയത്?"

"ഇല്ലല്ലോ, എനിക്കതോർമയില്ല."

"ഒരു കാര്യം പറയട്ടെ. അന്നെനിക്ക് ചിരി പൊട്ടിയി രുന്നു, പണിപെട്ട് അടക്കി വെച്ചതാണ്."

"അതെന്തേ? ചിരിക്കണമായിരുന്നു. ചിരി സാംക്രമിക രോഗം പോലാണ്. എല്ലാവരും ഒന്നിച്ച് ഇരുട്ടിലിരുന്നു ചിരിച്ചിരുന്നേനെ."

അയാൾ വാച്ചിലേക്കു നോക്കി.

"ഇപ്പഴിനി പോട്ടെ. നാളെ യാത്ര പുറപ്പെടണം. സാമാന ങ്ങളൊക്കെ പെറുക്കിക്കെട്ടണം. അയ്യോ അതു ചോദിക്കാൻ വിട്ടു പോയി. ഈയിടെയായി നിങ്ങളെന്തു ചെയ്യുന്നു."

അയാൾ പോക്കറ്റിൽനിന്ന് കൊച്ചുപുസ്തകമെടുത്ത് ഒരു താൾ വലിച്ചു കീറി, അഡ്രസ്സെഴുതി എന്റെ നേരെ നീട്ടി.

"മെക്സിക്കോയിലെ എന്റെ അഡ്രസ്സാണ്. വരണം, വന്നേ തീരൂ. ഞാനവിടേയും യോഗങ്ങൾ നടത്തുന്നുണ്ട്."

സ്വരത്തിൽ ആജ്ഞാശക്തി, എന്നെ എന്നിൽനിന്ന് വർത്തമാന കാലത്തിൽനിന്ന്, സംരക്ഷിക്കാനുള്ള ചുമതല തന്റേതാണെന്ന മട്ട്.

"ഫോൺ നമ്പറുമുണ്ട്. ഇത്തവണ ബന്ധപ്പെടാതിരി ക്കരുത്..."

അയാൾ കാറിൽ കയറി ജനാലയിലൂടെ തല പുറത്തേക്കു നീട്ടി.

"ഒരു കാര്യം പറയാമോ...? ഞാൻ പലപ്പോഴും ലൂക്കി യെപ്പറ്റി ആലോചിക്കാറുണ്ട്... ഇപ്പഴും എനിക്കു മനസ്സി ലാവുന്നില്ല എന്തുകൊണ്ടാണ് അവൾ..."

അയാൾ വികാരാധീനനായിരിക്കുന്നു. എന്നും എല്ലായ് പോഴും സ്പഷ്ടമായി, വ്യക്തമായി, അനർഗളമായി സംസാരിച്ചിരുന്ന അയാൾ വാക്കുകൾ തേടുകയാണ്.

"വെറും വിഡ്ഢിത്തം, അല്ലേ...? ഇതിലെന്തുണ്ടു പറ യാനും അറിയാനും. എന്തുണ്ട് മനസ്സിലാക്കാൻ. മറ്റൊ രാളോട് ആത്മാർത്ഥമായ സ്നേഹം തോന്നുമ്പോൾ ആ വ്യക്തിയെ ചുറ്റിയുള്ള നിഗൂഢത കൂടി അംഗീകരിച്ചേ പറ്റൂ. അതുകൊണ്ടല്ലേ നമ്മൾക്കവരോടു സ്നേഹം തോന്നുന്നത്. എന്താ റൊളാങ്ങ്, അങ്ങനെയല്ലേ?"

അയാൾ വേഗം കാർ സ്റ്റാർട്ടാക്കി. സ്വന്തം വികാരം മറയ്ക്കാനാവും, എന്റേത് കാണാതിരിക്കാനും. പക്ഷേ, ഇത്രയും പറഞ്ഞു.

"വേഗം കാണണേ..."

തുകൽഷോപ്പിനു മുന്നിൽ ഒറ്റയ്ക്കായ ഞാൻ ജാലകത്തിലൂടെ അകത്തേക്കു നോക്കി. പഴയ കഫേയുടെ എന്തെങ്കിലും അവശിഷ്ടം കണ്ടെടുക്കാനാകുന്നുണ്ടോ? ഒരിത്തിരി ചുമർ? പിന്നാമ്പുറത്തെ വാതിൽ? ഫോൺ? ഷാഡ്ലിയുടെ അപ്പാർട്ടുമെന്റിലേക്കു കയറിപ്പോകാനുള്ള ചുരുളൻ കോണിപ്പടികൾ...? ഇല്ല, ഒന്നുമില്ല. മിനുസമുള്ള വരിഞ്ഞുമുറുക്കിയ ചുളുക്കുകൾ വീഴാത്ത വിരിപോലുള്ള ഓറഞ്ചു ചുമർ മാത്രമേ എനിക്കു കാണാനായുള്ളൂ. ഈ ചുറ്റുവട്ടത്തൊക്കെ ഇതേ സ്ഥിതിയാണ്. എല്ലാം മാറിപ്പോയിരിക്കുന്നു. പക്ഷേ ഒരു ഗുണമുണ്ട്, പഴയകാലത്തെ ഭൂതപ്രേതപ്പിശാചുക്കളെ കണ്ടുമുട്ടാനിടയേയില്ല. അവയൊക്കെ ചത്തു മണ്ണടിഞ്ഞിരിക്കുന്നു. മാബിലോൺ മെട്രോ സ്റ്റേഷനിൽ നിന്നിറങ്ങുമ്പോൾ ഒരു പേടിയും വേണ്ട. ഇന്ന് ലാപെർഗോളയുമില്ല, അതിനകത്ത് മോസെല്ലിനിയുമില്ല. മനസ്സിനെന്തൊരു ലാഘവം, കാലുകളിലൊരു കുതിപ്പ്... ജൂലൈ മാസത്തിലെ ഈ സായാഹ്നത്തിൽ ഏതോ അപരിചിത പട്ടണത്തിലെത്തി നില്ക്കയാണ് ഞാൻ.

ഒരു മെക്സിക്കൻ ഗാനം ചൂളമടിച്ചുകൊണ്ട് ഞാൻ ലുക്സംബെർഗ് പാർക്കിലേക്കു നടന്നു, പക്ഷേ, പൊടുന്നനെ സംഗീതം എന്റെ ചുണ്ടുകളിൽ മരവിച്ചുപോയി. നേരെ മുന്നിലുള്ള വലിയ മരത്തിന്റെ തായ്ത്തടിയിൽ ഒരു നോട്ടീസ്. ഞങ്ങൾക്ക് തണലും നിഴലുമേകിയിരുന്ന മരമാണത്. *ഈ മരം അപകടകാരിയാണ്. തണുപ്പുകാലത്ത് മുറിച്ചു മാറ്റപ്പെടുന്നതാണ്.* ഒരു നിമിഷനേരത്തേക്ക് ഇതു വെറും ഒരു ദുഃസ്വപ്നമാണെന്നാണ് ഞാൻ കരുതിയത്. 'മരണവാറണ്ട്' വീണ്ടും വീണ്ടും വായിച്ചുകൊണ്ട് ഞാനവിടെ അന്ധാളിച്ചു നിന്നുപോയി. ഏതോ വഴിപോക്കൻ അടുത്തു വന്നു ചോദിച്ചു: "കഷ്ടം തോന്നുന്നുണ്ട് അല്ലേ?" മറുപടി കിട്ടാഞ്ഞിട്ടാവണം നിരാശനായി അയാൾ സ്വന്തം

വഴിക്കു പോയി. ഈ ലോകത്ത്, ഞാനൊരധികപ്പറ്റാണെന്ന് എനിക്കു തോന്നുന്ന ഈ ലോകത്ത്... മരങ്ങൾക്കും വധശിക്ഷയോ...? വേറെന്തെങ്കിലുമൊക്കെ ആലോചിക്കാൻ ശ്രമിച്ചു കൊണ്ട് ഞാൻ മുന്നോട്ടുനടന്നു. പക്ഷേ, വധശിക്ഷയും പേറി നിൽക്കുന്ന മരം മനസ്സിൽ നിന്നു മായുന്നില്ല. വിധികർത്താക്കളുടെയും ആരാച്ചാർമാരുടെയും മുഖങ്ങളെങ്ങനെയിരിക്കും? ഞാൻ സങ്കല്പിക്കാൻ നോക്കി. കഷ്ടപ്പെട്ട് സമനില വീണ്ടെടുത്തു.

ഗി ദു വേരെയുടെ സാമീപ്യം അനുഭവപ്പെട്ടു. മൃദു സ്വരത്തിൽ എന്നെ ഗുണദോഷിക്കുകയാണ്... അല്ല റോളാങ്ങ്... അതൊരു ദുഃസ്വപ്നമാണ്... നമ്മൾ മരങ്ങളുടെ തലയറുക്കാറില്ല.

പാർക്കിന്റെ ഗേറ്റു കടന്ന് പോർട്ട് റോയാലിലേക്കു നയിക്കുന്ന ബുളേവാഡിൽ ഞാനെത്തി. ഏതോ ഒരു സായാഹ്നത്തിൽ ലൂക്കിയും ഞാനും ഇതു വഴി വന്നു. കൂടെ കഫേ കോൻഡിയിൽ വെച്ചു പരിചയപ്പെട്ട പയ്യനുമുണ്ടായിരുന്നു. ഇവിടെയെത്തിയപ്പോൾ വലതു ഭാഗത്തുള്ള സ്കൂൾ ഓഫ് മൈൻസ് ചൂണ്ടിക്കാണിച്ച് അവൻ വിഷാദസ്വരത്തിൽ കുറ്റസമ്മതം നടത്തി. താനവിടത്തെ വിദ്യാർത്ഥിയാണെന്ന്.

"പഠിത്തം തുടരണോ, നിങ്ങളെന്തു പറയുന്നു?"

"ആ തീരുമാനം നടപ്പാക്കാൻ ഞങ്ങളിൽനിന്നു പ്രോത്സാഹനം പ്രതീക്ഷിക്കുകയാണോ." ഞാൻ ചോദിച്ചു.

"ഹേയ് വേണ്ടെന്നേ. വിട്ടു കള."

അവൻ ലൂക്കിയെ നോക്കി. അവളുടെ അഭിപ്രായവും അറിയണമെന്നുണ്ട് അവന്. അവൾ വിശദീകരിച്ചു, ഷൂൾ ഫെറി സ്കൂളിൽ പ്രവേശനം നിഷേധിക്കപ്പെട്ടതു മുതൽ അവൾക്കും സ്കൂളുകളോടു വലിയ പ്രതിപത്തിയില്ല. അവന് വിശ്വാസമായെന്നു തോന്നുന്നു. അടുത്ത ദിവസം കോൻഡിയിൽ വെച്ചു കണ്ടപ്പോൾ അവൻ പറഞ്ഞു പഠിത്തം നിർത്തിയെന്ന്.

ഞങ്ങളിരുവരും പലപ്പോഴും ഇതേ വഴിക്കാണ് അവളുടെ ലോഡ്ജിലേക്കു മടങ്ങാറ്. അല്പം വളഞ്ഞ വഴിയായിരുന്നു. അതേയോ? വളഞ്ഞ വഴിയായിരുന്നോ? ഹേയ്

അല്ലല്ല അത് നേർ വഴിതന്നെ ആയിരുന്നു. ഉള്ളോട്ടുള്ള നേർരേഖ. രാത്രികാലങ്ങളിൽ ഡോൻഫേറോഷ്റൂ അവെന്യുവിലൂടെ നടക്കുമ്പോൾ ഉൾനാടൻ പട്ടണത്തിലൂടെ നടക്കുന്ന പ്രതീതിയാണ്. നിശ്ശബ്ദതയും നിരനിരയായുള്ള മതസ്ഥാപനങ്ങളുമാണ് ആ പ്രതീതി ഉളവാക്കിയത്. ഇന്നാളൊരു ദിവസം ഞാൻ മറ്റേ റോഡിലൂടെ നടന്നു. ഇരുവശത്തും മരങ്ങൾ അതിനപ്പുറം ഉയർന്ന കരിങ്കൽ ഭിത്തികൾ. മോൺപാർണാസ് സെമിത്തേരിയെ രണ്ടായി വിഭജിക്കുന്ന പാതയാണത്. അവളുടെ ലോഡ്ജിലേക്കുള്ള റോഡായിരുന്നു അത്. എനിക്കോർമയുണ്ട്. അവൾ ആ പാത ബോധപൂർവം ഒഴിവാക്കാൻ ശ്രമിക്കുമായിരുന്നു. അതുകൊണ്ടാണ് ഡോൻഫേറോഷ്റൂ റോഡു വഴി പോകാറ്. പക്ഷേ, അവസാനമായി ഞങ്ങളൊന്നിച്ച് ഈ പാതയിലൂടെ നടന്ന സമയത്ത് പേടിപ്പെടുത്തുന്ന ഒന്നും തന്നെ ഇല്ലായിരുന്നു. എന്നുതന്നെയല്ല രാത്രിയുടെ മേലാപ്പിനു കീഴിൽ സെമിത്തേരിയുടെ നടുവിലൂടെ പോകുന്ന ഈ പാതയ്ക്ക് അതിന്റേതായ ചാരുത ഉണ്ടെന്ന് ഞങ്ങൾ കണ്ടെത്തി. റോഡിലൂടെ ഒരൊറ്റ കാറും പോയിരുന്നില്ല. കാൽനടക്കാരേയും കണ്ടുമുട്ടിയില്ല. ഈ പാതയേയും നിഷ്പക്ഷമേഖലകളിൽ ഉൾപ്പെടുത്തണമായിരുന്നുവെന്ന് ഞാൻ ചിന്തിച്ചു പോയി. ഈ പാത ഒരതിരു പോലാണ്. അതിർവരമ്പ്. ഇതവസാനിക്കുന്നിടത്ത്, ഞങ്ങൾ എത്തിച്ചേരുന്ന സ്ഥലം എല്ലാത്തിൽനിന്നും അകന്നു നില്ക്കുന്ന മറ്റേതോ രാജ്യമാണ്.

കഴിഞ്ഞയാഴ്ച ഞാനിതിലെ വീണ്ടും നടന്നു പോയി. രാത്രിയല്ല, ഉച്ചതിരിഞ്ഞ്. അന്നു നമ്മൾ ഒന്നിച്ചു നടന്നതിൽപ്പിന്നെയാണോ, അതോ പിന്നീടൊരിക്കൽ നിന്നെ ഹോസ്റ്റലിൽ കാണാനെത്തിയ ശേഷമാണോ എന്നോർമയില്ല, അതിനുശേഷം എന്തോ ഞാനീ വഴിക്ക് വന്നിട്ടേയില്ല. എന്റെ മനസ്സിൽ അകാരണമായൊരു പ്രതീക്ഷ നിറയുന്നു. ഈ സെമിത്തേരിക്കപ്പുറം നിന്നെ കാണാനാകുമെന്ന്. അതാവും അനന്തമായ പുനരാവർത്തനം. എല്ലാം പുനരാവർത്തിക്കപ്പെടും. എന്നത്തേയും പോലെ റിസപ്ഷനിൽനിന്ന് റൂമിലേക്കുള്ള താക്കോൽ ചോദിച്ചുവാങ്ങും, അതേ കോണിപ്പടികൾ,

വെള്ള പെയിന്റടിച്ച വാതിൽ പതിനൊന്നാം നമ്പർ മുറി. അതേ പ്രതീക്ഷകൾ, അതേ അധരങ്ങൾ, അതേ രുചികൾ, വെള്ളച്ചാട്ടം പോലെ കെട്ടഴിഞ്ഞുവീഴുന്ന മുടിക്കെട്ട്.

ലൂക്കിയെപ്പറ്റി ദു വേരെ പറഞ്ഞത് ഇപ്പോഴും കാതിൽ മുഴങ്ങുന്നു.

എനിക്കിപ്പോഴും മനസ്സിലാക്കാനാവുന്നില്ല... നമുക്ക് ഒരാളോട് ശരിക്കും ഇഷ്ടം തോന്നുമ്പോൾ, അവരെച്ചുറ്റി യുള്ള നിഗൂഢതയേയും അംഗീകരിച്ചേ പറ്റൂ...

എന്തു നിഗൂഢത? ഞങ്ങളിരുവരും ഒരേ തരക്കാരാ ണെന്ന് എനിക്ക് ഉറപ്പുണ്ടായിരുന്നു. പലപ്പോഴും ഞങ്ങൾക്ക് പരസ്പരം മനസ്സു വായിച്ചെടുക്കാനാകുമായിരുന്നു. ജനി ച്ചത് ഒരേ വർഷം, ഒരേ മാസം. എന്നിട്ടും ഞങ്ങൾ ഭിന്നരാ യിരുന്നുവെന്ന് സമ്മതിച്ചേ പറ്റൂ.

ഇല്ല എനിക്കും ഒന്നും മനസ്സിലാകുന്നില്ല... പ്രത്യേകിച്ച് അവസാനത്തെ ചില ആഴ്ചകളെക്കുറിച്ച് ഓർക്കുമ്പോൾ. നവംബർ മാസമായിരുന്നു, പകലിന്റെ നീളം കുറഞ്ഞു കുറഞ്ഞു വരുന്ന സമയം, ഇലപൊഴിയും കാലം, മഴ. ഇതൊന്നും ഞങ്ങളുടെ ഉത്സാഹത്തെ തളർത്തിയില്ല. ഞങ്ങൾ യാത്ര പുറപ്പെടാനുള്ള ഒരുക്കങ്ങൾ കൂട്ടുകയായി രുന്നു. കോൻഡിയിലും ആഹ്ലാദത്തിമിർപ്പായിരുന്നു. പതിവു കാരിൽ ആരാണ് ബോബ് സ്റ്റോംസിനെ പരിചയപ്പെടുത്തി യത് എന്നെനിക്കോർമ വരുന്നില്ല. ഒരു വേള അദാമോവ്?, അതോ മോറിസ് റാഫേലോ?, കവിയും നാടക ഡയറക്ടറു മായ ബോബ് സ്റ്റോംസ്. അയാൾ ഞങ്ങളെ എന്തുമാത്രം ചിരിപ്പിച്ചെന്നോ. ലൂക്കിയും ഞാനും അയാളുടെ ബലഹീ നതയായിരുന്നു. മല്ലോർക്കയിലെ തന്റെ വീട്ടിൽ വേനൽ ക്കാല സുഖവാസം നടത്തിക്കൊള്ളാൻ ഞങ്ങളോടു പറഞ്ഞു. അയാൾക്ക് സ്വത്തും പണവുമൊന്നും വലിയ കാര്യമായി രുന്നില്ലത്രെ. പെയിന്റിംഗുകളിലായിരുന്നു താത്പര്യം എന്നാ യിരുന്നു പൊതുവേയുള്ള സംസാരം. അതെ, പലരും പലതും പറയും... അങ്ങനെയിരിക്കെ ആളുകൾ അപ്രത്യക്ഷ രാകും, അപ്പോഴാണ് നമുക്ക് ബോധ്യമാവുന്നത് അയ്യോ ഇവരെപ്പറ്റി നമുക്ക് ഒന്നുമറിയില്ലല്ലോ, ആരാണെന്നു പോലും.

എന്തുകൊണ്ടാണ് തടിയൻ ബോബ് സ്റ്റോംസിന്റെ നിഴൽ എന്റെ ഓർമകളിൽ തങ്ങി നില്ക്കുന്നത്? ജീവിതത്തിലെ ഏറ്റവും വിഷാദമഗ്നമായ കാലഘട്ടത്തിൽ അതിനോട് ഒട്ടും യോജിക്കാത്ത മറ്റു ലഘുസ്വരങ്ങൾ ഉയർന്നു കേട്ടെന്നു വരും. ഒരു ഫ്ളെമിഷ് കോമാളി, ഒരു ബോബ് സ്റ്റോംസ് ജീവിതത്തിലൂടെ കടന്നുപോയെന്നു വരും, ദുർവിധികളെ അകറ്റി മാറ്റാൻ അയാൾക്കു കഴിഞ്ഞെന്നു വരും, അയാൾ കൗണ്ടറിനടുത്തു നിൽക്കുകയായിരുന്നു. എന്തു വലിപ്പം!, അമിതഭാരം പേറാനാവാതെ കസേരകൾ പൊളിഞ്ഞാലോ. അതുകൊണ്ടാവും ഇരിക്കാത്തത്. എല്ലായ്പോഴും കഴുത്തറ്റം മൂടിയ കറുത്ത വെൽവെറ്റു കുപ്പായവും അതേ കളറിലുള്ള ഓവർകോട്ടും. താടിക്കും മുടിക്കും തവിട്ടു നിറം. ആദ്യമായി കണ്ടുമുട്ടിയ രാത്രിയിൽ അയാൾ ഞങ്ങളുടെ മേശയ്ക്കു സമീപം വന്ന് ഞങ്ങളെ ഉറ്റുനോക്കി. എന്നിട്ട് ചെറിയൊരു പുഞ്ചിരിയോടെ ഞങ്ങളുടെ നേർക്കു ചാഞ്ഞ് പതിയെ ചൊല്ലി,

ദുരവസ്ഥയിലെ കൂട്ടകാരേ, ഈ രാത്രി ആസ്വദിക്കൂ.

എനിക്ക് ഒരുപാടു കവിതകളറിയാമെന്നു മനസ്സിലായപ്പോൾ അയാൾക്കു രസം പിടിച്ചു. ഒരു മത്സരമാവട്ടെ. അക്ഷരശ്ലോകം പോലെ. ആരാ ജയിക്കുക എന്നറിയാമല്ലോ. മത്സരം കുറേനേരം നീണ്ടുനിന്നെങ്കിലും അതിനു തക്ക യോഗ്യതയൊന്നും എനിക്ക് ഉണ്ടായിരുന്നില്ല. ഒരുതരത്തിൽ നോക്കിയാൽ ഞാൻ വിദ്യാശൂന്യനാണ്. അവിടന്നും ഇവിടന്നുമൊക്കെ കേട്ടതും വായിച്ചതും ഓർമിച്ചുവെച്ചെന്നേയുള്ളു. ചിട്ടയുള്ള പഠിത്തമോ സംസ്കാരമോ എനിക്കില്ല. സംഗീതത്തെക്കുറിച്ച് ഒരു ചുക്കുമറിയാതെ ചുമ്മാ പിയാനോയിൽ വിരലിട്ടടിക്കുന്നവനെപ്പോലെയാണ് ഞാൻ. പക്ഷേ ബോബ് സ്റ്റോംസ് അങ്ങനെ അല്ലായിരുന്നു. ഇംഗ്ലീഷ്, സ്പാനിഷ്, ഫ്ളെമിഷ് കവിതകളുടെ ഭണ്ഡാരമായിരുന്നു, അയാൾ. എപ്പോൾ കണ്ടാലും കവിതാശകലങ്ങളുദ്ധരിച്ച് എന്നെ വെല്ലുവിളിക്കും. ഞാൻ മറ്റൊരു കവിതാശകലത്തിലൂടെ പ്രതികരിക്കണം.

ഇതെന്നെ അസ്വസ്ഥനാക്കിയില്ലെന്നല്ല. പക്ഷേ, അയാൾ നല്ലവനായിരുന്നു, ഞങ്ങളേക്കാളും ഒരുപാടു

പ്രായക്കൂടുതലുണ്ട്. അയാളുടെ ഭൂതകാലത്തെക്കുറിച്ചറിയാൻ എനിക്ക് അത്യധികം ആഗ്രഹമുണ്ടായിരുന്നു. പക്ഷേ, ചോദ്യങ്ങൾ ആ വഴിക്കു നീങ്ങിയാൽ അയാൾ സൂത്രത്തിൽ വഴുതി മാറും. ജിജ്ഞാസ വർധിച്ചു വരുന്നതു കാണുമ്പോൾ അയാളുടെ ഉത്സാഹവും പ്രസരിപ്പും ഒട്ടൊന്നടങ്ങും. എന്തോ മറച്ചു വെയ്ക്കാനുണ്ടെന്ന മട്ടിലാവും പെരുമാറ്റം. നേരെചൊവ്വേ ഉത്തരമൊന്നും തരില്ല. പൊടുന്നനെ ഉറക്കെ പൊട്ടിച്ചിരിക്കും.

ഒരിക്കൽ ബോബ് സ്റ്റോംസ് ഒരു വിരുന്നു നല്കി. എന്നേയും ലൂക്കിയേയും ക്ഷണിച്ചിരുന്നു. അനെറ്റ്, ഡോൺ കാർളോസ്, ബോയിംഗ്, സക്കറിയാസ്, മിറൈൽ, ടുപ്പ, അലി ഷെറീഫ്, ഞങ്ങൾ പഠിത്തം നിർത്താൻ ഉപദേശിച്ച ആ പയ്യൻ, എല്ലാവരും ഉണ്ടായിരുന്നു. പിന്നെ ഞങ്ങൾക്കു പരിചയമില്ലാത്ത മറ്റു ചിലരും. ദോഷൂ ജെട്ടിക്കു സമീപം രണ്ടു നില വസതി. മുകളിലത്തെ നിലയിൽ ഒരു വലിയ പണിശാല നാടക റിഹേഴ്സലിന്. ഞങ്ങളെ അവിടേക്കാണ് ആനയിച്ചത്. അടുത്തുതന്നെ അരങ്ങേറാൻ പോകുന്ന ഹോപ് സിഞ്ഞ്യോർ! എന്ന നാടകം വായിച്ചുകേൾപ്പിക്കാൻ. ഹോപ് സിഞ്ഞ്യോർ ശുഭാപ്തിവിശ്വാസി. ഞങ്ങളിരുവരും മറ്റുള്ളവരേക്കാൾ മുമ്പെ എത്തി. നാടകശാലയിലെ പഴയ കാലത്തെ മെഴുകുതിരി സ്റ്റാൻഡുകൾ. മച്ചിൽ നിന്നു തൂങ്ങിക്കിടക്കുന്ന ഫ്ളെമിഷ് സിസിലിയൻ പാവകൾ, നവോത്ഥാനകാലത്തെ കണ്ണാടികളും മരസ്സാമാനങ്ങളും. എല്ലാം കണ്ട് ഞാൻ വിസ്മയിച്ചുപോയി. വലിയ ചില്ലുജാലകത്തിലൂടെ പുറംകാഴ്ച സെയിൻനദിയിലേക്ക്. ബോബ് സ്റ്റോംസ് പതിവു വേഷത്തിൽ. ഞങ്ങളുടെ തോളുകളിൽ പിടിച്ച് തന്നോടു ചേർത്തുനിർത്തി അയാൾ പതിവു വരികൾ ചൊല്ലി

ദുരവസ്ഥയിലെ കൂട്ടുകാരേ ഈ രാത്രി ആസ്വദിക്കൂ.

പോക്കറ്റിൽനിന്ന് ഒരു കവറെടുത്ത് അയാളെന്റെ നേരെ നീട്ടി. മല്ലോർക്കയിലെ വീടിന്റെ താക്കോലാണ്. എത്രയും വേഗം അങ്ങോട്ടു പോയ്ക്കൊള്ളൂ. സെപ്റ്റംബർ വരെ അവിടെ താമസിച്ചോളൂ. ഈ മാറ്റം നിങ്ങൾക്കിരുവർക്കും

ആവശ്യമാണ്. ഞങ്ങളുടെ സ്ഥിതി മോശമാണെന്ന് അയാളൂഹിച്ചു കാണണം. അതെന്തൊരു വിചിത്ര രാത്രിയായിരുന്നു...

നാടകത്തിന് ഒരൊറ്റ രംഗമേയുള്ളൂ. അഭിനേതാക്കൾ തങ്ങളുടെ ഭാഗം എളുപ്പം വായിച്ചു തീർത്തു. ഞങ്ങൾ അവർക്കു ചുറ്റും ഇരിക്കുകയായിരുന്നു. പിന്നണി സംഗീതമുയരുമ്പോൾ ഇടയ്ക്കിടെ ബോബ് സ്റ്റോംസ് കൈ ഉയർത്തിക്കാട്ടും. അപ്പോൾ ഞങ്ങളൊക്കെ സംഘം ചേർന്ന് *ഹോപ് സിഞ്ഞ്യോർ* എന്ന് ഉറക്കെ വിളിച്ചു പറയണം. മദ്യം തടയില്ലാതെ ഒഴുകി, മറ്റു ലഹരിപദാർത്ഥങ്ങളും. താഴത്തെ നിലയിലെ സ്വീകരണമുറിക്കു നടുവിൽ ഭക്ഷണമേശ ഒരുക്കിയിരുന്നു. ബുഫേയാണ്. ബോബ് സ്റ്റോംസ് സ്വയം എല്ലാവർക്കും മദ്യം പകർന്നു നല്കി. തിരക്ക് കൂടിക്കൂടി വന്നു. ഇടയ്ക്കുവെച്ച് വേറൊരു എഴുത്തുകാരനുമായി പരിചയപ്പെടുത്തി. അതേ പ്രായം. പക്ഷേ, അത്രയ്ക്കു വലിപ്പമില്ല. അമേരിക്കക്കാരൻ ജെയിംസ് ജോൺസ്. അയൽക്കാരനാണെന്നാണ് പറഞ്ഞത്. ഇത്രയും അപരിചിതർക്കിടയിൽ ഞങ്ങളെന്തു ചെയ്യുന്നുവെന്ന് എനിക്കും ലൂക്കിക്കും മനസ്സിലായില്ല. എത്രയെത്രപേരെ ഞങ്ങൾ കണ്ടുമുട്ടി, അവർക്കൊന്നും ഞങ്ങളേയും ഞങ്ങൾക്ക് അവരേയും ഒരിക്കലും തിരിച്ചറിയാനായില്ല.

ഞങ്ങൾ പതുക്കെപ്പതുക്കെ വാതിലിനടുത്തേക്കു നീങ്ങി. ഈ തിരക്കിൽ ആരും ശ്രദ്ധിച്ചുകാണില്ലെന്നാണ് ഞങ്ങൾ കരുതിയത്. പക്ഷേ, വാതിലു കടന്നില്ല, അതിനുമുമ്പ് ബോബ് സ്റ്റോംസ് എത്തി.

"ആഹാ! എന്റെ വിരുന്നുസൽക്കാരം കുളമാക്കാനുള്ള ശ്രമമാണോ കുട്ടികളേ..."

മുഖത്ത് പതിവു ചിരി. പുനരുത്ഥാനകാലത്തെ അതികായന്മാരിലൊരാളാണ് ഈ നിൽക്കുന്നത്. ലൂയി പതിനാലാമൻ, റൂബെൻസ്, ബക്കിംഹാം പ്രഭു? തുളച്ചു കയറുന്ന നോട്ടം.

"എന്താ വല്ലാതെ ബോറടിച്ചു പോയോ?"

"അതല്ല ഹോപ് സിഞ്ഞ്യോർ എല്ലാം വളരെ നന്നായിരുന്നു..."

മുമ്പുചെയ്തപോലെ അയാൾ ഇരുകൈകളാലും ഞങ്ങളെ ചേർത്തു പിടിച്ചുകൊണ്ട് വാതിലിനു നേരെ നടന്നു

“ശരി എന്നാൽപ്പിന്നെ നാളെ കാണാം. അതൊക്കെ ശരി. പക്ഷേ, എത്രയും വേഗം മല്ലോർക്കയിലേക്കു പോകൂ, അവിടത്തെ കാറ്റ് നല്ലതാണ്, നിങ്ങൾക്കതാവശ്യമാണ്. താക്കോലു തന്നല്ലോ, ഇല്ലേ?”

ഞങ്ങൾ താഴേക്കിറങ്ങുകയായിരുന്നു. അയാളപ്പോഴും ഞങ്ങളെ നോക്കിക്കൊണ്ടു നില്ക്കെ. അയാൾ ചൊല്ലി

ആകാശം പിഞ്ഞിക്കീറിയ സർക്കസ് കൂടാരം പോലെ.

ഞാൻ പ്രതികരിക്കുമെന്ന് പ്രതീക്ഷിച്ചു നിൽക്കയാണ്, പക്ഷേ, എനിക്കെന്തോ ഒന്നും പറയാൻ തോന്നിയില്ല.

ഋതുക്കൾ എന്നെ ആകെ കുഴപ്പത്തിലാക്കിയിരിക്കുന്നു. ഇതു കഴിഞ്ഞ് ഏതാനും ദിവസങ്ങൾക്കുശേഷം ഞാൻ ലുക്കിയോടൊപ്പം ഓട്ടൈലിലേക്കു പോയി. അത് വേനൽക്കാലമായിരുന്നോ അതോ ശൈത്യകാലമോ എനിക്ക് ഉറപ്പിച്ചു പറയാനാവുന്നില്ല. രാവിലെ നേരം. നീലാകാശം, തെളിഞ്ഞ വെയിൽ ഇത്രയും ഓർമയുണ്ട്. അവൾക്ക് ഗിലവീന്യയെ, അവളുടെ അമ്മയുടെ സുഹൃത്തിനെ കാണണമായിരുന്നു. ഞാൻ വഴിയിൽ കാത്തുനിന്നതേയുള്ളു. ഒരു മണിക്കൂറിനകം ഗരാജിലെത്താമെന്ന് അയാൾ പറഞ്ഞിട്ടുണ്ട്. ബോബ് സ്റ്റോംസ് താക്കോൽ തന്ന സ്ഥിതിക്ക് പാരീസു വിടാൻ തയ്യാറായിരിക്കയായിരുന്നു ഞങ്ങൾ. ചിലപ്പോഴൊക്കെ മനസ്സു വല്ലാതെ വേദനിക്കും, നടക്കാതെ പോയതിനെക്കുറിച്ചോർത്ത്. ഇന്നും ആ വീട് ശൂന്യമായി കിടക്കുന്നുണ്ടാവാം, ഒരുവേള ഞങ്ങളേയും കാത്തിരിക്കുകയാവാം. അന്ന് രാവിലെ ഞാൻ സന്തുഷ്ടനായിരുന്നു. മനസ്സിനൊരു ലാഘവം. ഒരു തരം ലഹരി. ഞങ്ങൾക്കു മുന്നിൽ അങ്ങ് അനന്തത വരെ നീണ്ടുകിടക്കുന്ന ചക്രവാളം. തിരക്കും ബഹളവുമില്ലാത്ത ഒരു പാതവക്കിലാണ് ഗരാജ്. അവളോടൊപ്പം അന്ന് ലവീണ്യെയെ കാണാൻ പോകണമായിരുന്നു. ഒരു വേള മല്ലോർക്കയിലേക്കു ഡ്രൈവു ചെയ്ത് പോകാനുള്ള കാർ അയാൾ ഏർപ്പാടാക്കിത്തന്നിരുന്നേനെ.

ഗരാജിന്റെ പിൻവാതിലിലൂടെ അവൾ വരുന്നത് ഞാൻ കണ്ടു. അവൾ കൈവീശി കാണിച്ചു. മുമ്പൊരിക്കൽ കാണിച്ച പോലെ. ഷാനെറ്റിനോടൊപ്പം ഒരു വേനൽക്കാല സായാഹ്നത്തിൽ എന്നെ നോക്കി നടക്കുമ്പോളെന്നപോലെ. അതേ ഭാവം, വളരെ പതുക്കെയുള്ള നടത്തം, സമയത്തിന് വിലയില്ലെന്ന പോലെ. ഞങ്ങൾ കൈകോർത്തു പിടിച്ച് ആ ചുറ്റുവട്ടത്ത് നടന്നു. ഒരു നാൾ ഞങ്ങളിവിടെ താമസിക്കാനെത്തും. അല്ലല്ല അങ്ങനെയല്ല, ഞങ്ങളെന്നെന്നും ഇവിടെയല്ലേ താമസിച്ചിട്ടുള്ളത്. ചെറിയ ഇടുങ്ങിയ പാതകളിലൂടെ ഒരു തുണ്ടം തരിശുഭൂമിയെ ചുറ്റി ഞങ്ങൾ നടന്നു. പാരീസ് നഗരത്തിനകത്ത് ഓട്ടൈൽ ഗ്രാമം. തവിട്ടു നിറമുള്ള ഈ കെട്ടിടങ്ങൾ - ഇത് ഫ്രഞ്ച് റിവേയിറ ആയിക്കൂടെന്നില്ലല്ലോ. ഈ മതിലുകൾ - ഇവയ്ക്കപ്പുറം പൂന്തോട്ടങ്ങളാകുമോ അതോ വനപ്രദേശമോ? ഓട്ടൈൽ പള്ളിക്കു മുന്നിലുള്ള മെട്രോ സ്റ്റേഷനിൽ ഞങ്ങളെത്തി.

ഇപ്പോൾ എനിക്കക്കാര്യം തുറന്നു സമ്മതിക്കാം. എനിക്കിനി നഷ്ടപ്പെടാനായി ഒന്നുമില്ല. അവിടെവെച്ച് അന്നാദ്യവും അവസാനവുമായി *അനന്തമായ പുനരാവർത്തനം* എന്തെന്ന് ഞാനറിഞ്ഞു. അന്നുവരെ ഞാനതേപ്പറ്റി പുസ്തകങ്ങളിലേ വായിച്ചിരുന്നുള്ളു. മെട്രോസ്റ്റേഷനിലേക്കുള്ള കല്പടവുകൾ ഇറങ്ങവേയാണ് എനിക്കാ വിസ്മയകരമായ അനുഭൂതി ഉണ്ടായത്. എന്തേ അവിടെവെച്ച്? എന്നു ചോദിച്ചാൽ എനിക്കുത്തരമില്ല. അതിനു പ്രസക്തിയുമില്ല. ഒരു നിമിഷം പടികളിൽ നിന്നുകൊണ്ട് ഞാൻ അവളുടെ കരം ഗ്രഹിച്ചു, പതുക്കെയമർത്തി. ഞങ്ങളിവിടെ ഇതിനു മുമ്പു വന്നിട്ടുണ്ട്. മറ്റേതോ യുഗത്തിൽ. ഓട്ടൈലിലൂടെയുള്ള ഞങ്ങളുടെ നടത്തം ഇതാദ്യമായിട്ടായിരുന്നില്ല, ആയിരമായിരം ജന്മങ്ങളിൽ ഞങ്ങളിങ്ങനെ നടന്നിട്ടുണ്ട്. വാച്ചു നോക്കേണ്ട ആവശ്യമില്ല, സമയം നട്ടുച്ചയാണെന്ന് എനിക്കറിയാം.

അത് സംഭവിച്ചത് നവംബറിലായിരുന്നു. ഒരു ശനിയാഴ്ച. രാവിലേയും ഉച്ച മുഴുവനും അർജൻടൈൻ സ്ട്രീറ്റിലെ

മുറിയിൽ എഴുത്തിൽ മുഴുകിയിരിക്കയായിരുന്നു ഞാൻ. നിഷ്പക്ഷമേഖലകളെക്കുറിച്ചുള്ള എഴുത്ത്. നാലു പേജുകളെ നാല്പതാക്കി, നൂറാക്കി മാറ്റാനുള്ള ശ്രമം. ലൂക്കിയോട് അഞ്ചു മണിക്ക് കോൻഡിയിൽ വെച്ചു കാണാമെന്നു പറഞ്ഞിരുന്നു. അടുത്ത ഏതാനും ദിവസങ്ങളിൽ ഇവിടന്ന് താമസം മാറ്റാൻ ഞാൻ നിശ്ചയിച്ചു കഴിഞ്ഞിരുന്നു. ബാല്യകൗമാരകാലങ്ങളിലെ മുറിവുകൾ ഉണങ്ങിക്കഴിഞ്ഞിരിക്കുന്നു, ഇനി നിഷ്പക്ഷമേഖലകളിൽ ഒളിഞ്ഞിരിക്കേണ്ട ആവശ്യമില്ല.

ഞാൻ ലെറ്റ്വായിൽ മെട്രോ സ്റ്റേഷനിലേക്കു നടന്നു. ഗിദു വേരെയുടെ വീട്ടിലേക്ക് പോകാനായി ലൂക്കിയും ഞാനും പതിവായി ഉപയോഗിക്കാറുള്ള ലൈൻ. ആദ്യത്തെ തവണ ഞങ്ങളീ വഴിയിലൂടെ നടന്നാണ് പോയത്. സെയിൻ നദി മുറിച്ചു കടക്കുമ്പോൾ ഞാൻ നോക്കി താഴെ അരയന്നപ്പാതയിൽ ഒരുപാടു കാൽനടക്കാർ. ഇനി ലമോട്ട്-പിക്കെ-ഗ്രെനെലിൽ ട്രെയിൻ മാറിക്കേറണം.

മാബിലോണിലിറങ്ങിയപ്പോൾ ഞങ്ങളെന്നും ചെയ്യാറുള്ളതുപോലെ ഞാൻ ലാപെർഗോളയിലേക്കു നോക്കി. ചില്ലുജാലകത്തിനു പിറകിൽ മോസെല്ലിനി ഇല്ലായിരുന്നു.

കോൻഡിയിലേക്കു കയറിയപ്പോൾ ചുമരിലെ ക്ലോക്കിൽ കൃത്യം അഞ്ചു മണി. പൊതുവേ ഇത് വളരെ തിരക്കുള്ള സമയമാണ്. പക്ഷേ, വാതിലിനടുത്തുള്ള മേശയൊഴിച്ച് മറ്റെല്ലാം ശൂന്യം. അവിടെ സക്കറിയ, അനെറ്റ്, ഷോൺ മിഷേൽ. അവർ മൂവരും എന്നെ വിചിത്രരീതിയിൽ നോക്കുന്നു. ഒന്നും പറയുന്നില്ല. സക്കറിയയുടേയും അനെറ്റിന്റെയും മുഖങ്ങൾ തിളച്ചു മറിയുമ്പോലെ, ജനാലയിൽ നിന്നുള്ള വെയിൽക്കീറ് അവരുടെ മുഖത്ത് വീഴുന്നതു കൊണ്ടാണോ. ഞാൻ ഹലോ പറഞ്ഞിട്ടും അവർ പ്രതികരിച്ചില്ല. എന്നെ അന്ധാളിപ്പോടെ തുറിച്ചുനോക്കുക മാത്രം ചെയ്തു, ഞാനെന്തോ തെറ്റു ചെയ്തെന്നപോലെ. കൈത്തണ്ടയിൽ പാറി വന്നിരുന്ന ഈച്ചയെ ഓടിക്കാനുള്ള ബദ്ധപ്പാടിലാണ് സക്കറിയ. ഷോൺ മിഷേലിന്റെ ചുണ്ടുകൾ വക്രിച്ചു, അയാൾക്ക് എന്നോട് എന്തോ പറയാനുണ്ടെന്നു

തോന്നി... കൈയിലിരുന്ന ഗ്ലാസിലെ ദ്രാവകം ഒറ്റയടിക്കു കുടിച്ചു തീർത്ത് എഴുന്നേറ്റ് എന്റെ നേർക്കു വന്നു. നിർവികാരമായ ശബ്ദത്തിൽ അയാൾ പറഞ്ഞു, *ലൂക്കി... ലൂക്കി... അവൾ മുകളിലത്തെ ജനാലയിൽനിന്ന് താഴോട്ട് എടുത്തു ചാടി.*

വഴിതെറ്റിയോ എന്നു ഞാൻ ഭയന്നു... സെമിത്തേരി രണ്ടായി പകുത്ത റസ്പായ് സ്ട്രീറ്റിലൂടെയാണ് ഞാൻ പോയത്. നേരെ നടക്കണോ അതോ വലത്തോട്ടു തിരിയണോ എന്നെനിക്കു മനസ്സിലായില്ല. ഫ്രോയ്ദവൂ റോഡിലേക്കു തിരിഞ്ഞത് ഓർമയുണ്ട്, പക്ഷേ അതിനുശേഷം ഒന്നും ഓർമയില്ല, ആ നിമിഷം മുതൽ മനസ്സിലൊരു ശൂന്യത. എനിക്കെന്തോ നഷ്ടമായിരിക്കുന്നു, എന്ന ബോധം കൊണ്ടുമാത്രമല്ല, കണ്ണിലേക്കടിച്ചു കയറിയ ഉജ്ജ്വലപ്രകാശം കൊണ്ടുകൂടി. ജീവിതാവസാനംവരെ ഇതിങ്ങനെത്തന്നെയായിരിക്കും.

കുറെക്കഴിഞ്ഞ് ഞാൻ ആശുപത്രിയിലെ വെയിറ്റിംഗ് റൂമിലിരിക്കുന്നു. മറുഭാഗത്തെ ബെഞ്ചിൽ മറ്റൊരാളുണ്ട്, ഒരമ്പതുകാരൻ, നരച്ച മുടി, കോട്ടു ധരിച്ചിട്ടുണ്ട്. അയാളും കാത്തിരിക്കയാണ്, നഴ്സ് വന്ന് എന്നോടു പറഞ്ഞു "മരിച്ചു". അയാൾ ഞങ്ങളുടെ അടുത്തേക്കു വന്നു, മുഖത്ത് ഉത്കണ്ഠയുണ്ട്. ഗി ലവീണ്യെ ആയിരിക്കുമെന്നാണ് ഞാൻ കരുതിയത്. അവളുടെ അമ്മയുടെ സുഹൃത്ത്. ഓട്ടൈലിലെ ഗരാജിൽ അവൾ കാണാൻ പോകാറുള്ള വ്യക്തി. ഞാൻ ചോദിച്ചു.

"നിങ്ങൾ ഗി ലവീണ്യെയാണോ?"

"അല്ല. എന്റെ പേര് പെയർ കെയ്സ്ലെ എന്നാണ്."

ഞങ്ങളവിടെ ഇരുന്നു.

രാത്രിയായിക്കഴിഞ്ഞു. ഞങ്ങളിരുവരും ഡിഡോ റോഡിലൂടെ നടക്കുകയാണ്.

"നിങ്ങൾ റോളാങ്ങായിരിക്കും, അല്ലേ?"

അയാൾക്കെങ്ങനെ എന്റെ പേരറിയാം? എനിക്ക് ഒന്നും സംസാരിക്കാനായില്ല. എന്റെ മുന്നിൽ കണ്ണഞ്ചിക്കുന്ന വെളുത്ത പ്രകാശം..

"കത്തൊന്നും എഴുതിവെച്ചിട്ടില്ല?'

"ഇല്ല ഒന്നുമില്ല."

അയാളാണ് എന്നോട് എല്ലാം പറഞ്ഞത്. തലയോട്ടിയും ലൂക്കിയും മുറിയിലിരിക്കയായിരുന്നുവത്രെ. അയാൾക്കെങ്ങനെ ഷാനെറ്റിന്റെ വിളിപ്പേരറിയാം? ലൂക്കി ബാൽ ക്കണിയിലെ കമ്പിയഴികൾക്കു മുകളിൽ കയറി ഒരു കാല് വായുവിലുയർത്തി നിൽക്കുകയായിരുന്നു. ഷാനെറ്റ് പാവാ ടയിൽ പിടിച്ച് പിറകോട്ടു വലിക്കാൻ ശ്രമിച്ചു. പക്ഷേ, വൈകിപ്പോയി. ലൂക്കി ഇതു മാത്രമേ പറഞ്ഞുള്ളൂ.

"ഒന്നും സംഭവിക്കില്ല; ഈ പിടിയൊന്നു വിട്ടാൽ മതി."

■

www.ingramcontent.com/pod-product-compliance
Lightning Source LLC
LaVergne TN
LVHW040153080526
838202LV00042B/3144
* 9 7 8 8 1 8 4 2 3 4 0 7 7 *